బుజ్జాయికి చిట్టి కథలు

Authors:

మంత్రిప్రగడ మార్కండేయులు,

B. Com, DBM.,

శ్రీమతి నండూరి సీతాసాయిరాం **M**.A.,

బుజ్జాయికి చిట్టి కథలు

మంత్రి ప్రగడ మార్కండేయులు
శ్రీమతి నండూరి సీతాసాయిరాం

MANTRI PRAGADA
MARKANDEYULU, Litt·D·,

Poet, Novelist, Song and Story Writer
B. Com, DBM, PGDCA, DCP,
(Visited Nairobi-Kenya, East Africa)

- ➢ The State of Birland (Birland Government–Bir Tawil) Representative at Hyderabad-India

- • 2021 GOLDEN EAGLE WORLD AWARD WINNER FOR LITERARY EXCELLENCE, HISPAN WORLD WRITERS' UNION (UHE), Peru
- • Gujarat Sahitya Academy and Motivational Strips LITERARY EXCELLENCE Honour on the occasion of 75th India's Independence Day

- *Honoured with "A Royal Commemorative Peace and Humanity Award" by the "Royal Kutai Mulawarman Peace International Institute, Philippines"*
- *Royal Success International Book of Records 2019 Honour, Hyderabad-India*
- *Institute of Scholars (InSc) Research Excellence Award-2020, Bangalore (India)*
- *Gujarat Sahitya Academy and Motivational Strips 2020 Honour, Gujarat-India*
- *Hon. Doctorate in Literature from ITMUT, Brazil. (2019)*
- *Literary Brigadier Honour (2018) from Story Mirror, Mumbai, India*
- *Spotlight Superstar Honour (2018) from Story Mirror, Mumbai, India*
- *Golden Ambassador General for Development and Peace at World Peoples Forum @ TWPF/BTYA, Bangladesh*
- *State of Birland at Bir Tawil Recognized Poet*
- *RKMPII Nobility Award 2021*
- *RKMPII HEART OF GOLD NOBLES Honour Certificate 2021*
- *ISFFDGUN Internationally Accredited Certificate 2021.*

- *Dr. Sarvepalli Radhakrishnan Ratan Award 2021 – WHRC Honour*
- *Mahatma Gandhi Humanity Award 2021 – WHRC Honour.*

ADDRESS:

Plot No. 37, H. No. 1-6-53/1,
ANUPURAM, ECIL Post,
Hyderabad -500062
Telangana State (INDIA)
Email:
mrkndyl@gmail.com
mantri73@yahoo.com
Twitter: @mrkndyl68
Phone Nos.
+91-9951038802
Twitter: @mrkndyl68

శ్రీమతి నందూరి సీతాసాయిరాం **M.A.,**

Worked as a Telegu teacher for 30 years in reputed schools.

Hobbies: Music, writing articles and stories for children.

DEDICATION

I am dedicating this book to Late Shri M.S Rao and Late Mrs.MK Durgamba, my father and Mother, as a token of remembrance and gratitude in bringing me up to this stage as an Author, Writer, Poet, Song and Story Writer. I Pray the Almighty to give Peace to their Souls. May their Souls be Rest in Peace wherever they are? If my Parent's Souls took reincarnation on Earth Planet again, May God Bless them.

ACKNOWLEDGMENTS

I hereby acknowledge Mrs. M. Shobha Devi, my wife, my Son MKS Srinivas and Daughter-in-Law Mrs. M. Vasavi Ramaya, my Brother-in-Law and Sister Mr. Nanduri Sairam and Mrs. Seetha Mahalakshmi for providing me substantial support, motivation and encouragement in my approach towards preparing my books for publication level.

I owe them my sincere gratitude in extending all-out support to me whenever I was having doubts in my work-outs and their timely clarifications which lead to solvation of various aspects in my subject.

Without the support, help and encouragement from all the above people, I can say my projects never have been published. I thank and acknowledge once again all the people for their sincere efforts made and supported me in all my Books publishing projects. Thank you one and all.

****

గణేష్ ప్రేయర్

శుభకరం, జయకరం

అధిపతిమ్, అద్భుతం

అతిముదం, ప్రియకరం

గణపతిం శ్రీకరం//

ప్రధమ పూజ్యప్రదం

అతుల శక్తి ప్రధం

అభయ వర ప్రధం

పరమ పుణ్యా ప్రధం

గాన లోలప్రియం

గౌరీ పుత్రమ్ భజే

ఓం శివా! మహాదేవా తో నమః

కైలాసవాసాయ మహేశ్వరాయ

పార్వతీ వల్లభాయా గాంగరుఝటాధరాయా

కాశీవిశ్వేశ్వరాయా నమఃశివాయ

త్రినేత్ర రూపాయ త్రిశూలధరాయ

భుజంగ భూషాయ కపాలధరాయ
శ్రీనీల కంఠాయ దిగంబరాయా
శ్రీ మంజునాథాయ గంగాధరాయా.! ఓం శివా!

సర్వలోక రక్షకాయ సర్వ దోష భక్ష కాయ
పాప నివారణాయా రుద్ర తాండవాయా
కాళహస్తీశ్వరా యా కపాలీశ్వరాయా
శ్రీ శైలం నివాసాయా నమో నమః శివాయా

గౌరీ పతయే గణపతి పితయే
మంగళ పతయే కుమార పితయే
చర్మాంబరధారి భస్మాంబరధారి
రుద్రాక్షధారీ నమో నమః నమో నమః నమో
నమః

=========

ABOUT THE AUTHOR:

Mantri Pragada Markandeyulu, Bachelor of Commerce (B Com), Diploma in Business Management (DBM), Post Graduate Diploma in Computer Applications (PGDCA), Diploma in Computer and Commercial Practice (DCCP) is the Author and Writer.

He has written English Lyrics for making fully composed tunes to Songs, around 155 songs (lyrics) + 330 Quotes in English (each Quote is in 8-10 lines). Also, he has written 400 Micro Poetry. He too has written Hindi Song Lyrics 35 and Telugu Song Lyrics 45 and all are useful and utility for Movies/TV serial purpose and also for making Song and Music Album. 25 Stories in English. 200 Sayings.

He is a retired Officer from PSU and a permanent resident of Hyderabad-500062 Dist: Rachakonda, (TS) India.

శ్రీమతి నండూరి సీతాసాయిరాం **M.A.,**

Worked as a Telegu teacher for 30 years in reputed schools.
Hobbies: Music, writing articles and stories for children.

బుజ్జాయికి చిట్టి కథలు

Authors:

మంత్రిప్రగడ మార్కండేయులు,

B. Com, DBM.,

శ్రీమతి నండూరి సీతాసాయిరాం M.A.,

బుజ్జాయికి చిట్టి కథలు
మంత్రి ప్రగడ మార్కండేయులు
శ్రీమతి నండూరి సీతాసాయిరాం

INDEX:

01) నిదానమే – ప్రధానం

అనగా అనగా అనగా ఒక చిట్టడవి.

అక్కడ ఎన్నో రకాల జంతువులు హాయిగా, ఆనందంగా, అటూ ఇటూ తిరుగుతూ, ఆడుతూ పాడుతూ తమ తోటి జంతువులతో కలసి మెలసి కాలం గడుపుతున్నాయి.

పళ్ళు, ఆకులు అలములు తింటూ ఆ చిన్న అడవి మధ్యలో ఉన్న చెరువులో నీళ్లు తాగుతూ, ఉల్లాసంగా, అన్ని జంతువులూ, తమ పిల్లల్తో నిర్భయంగా జీవిస్తున్నాయి.

కోతులు చెట్ల కొమ్మలపై అటు ఇటు ఊగుతూ ఇకిలిస్తూ సకిలిస్తూ కావలసిన పళ్ళు తింటూ తమ పిల్లలను ప్రేమగా చూసుకుంటూ విద్యలన్నీ నేర్పుతూ ఉంటే, ఉడుతలు ఒక కొమ్మపై నుండి ఇంకో కొమ్మపైకి ఎగురుతూ, గడ్డి మీద, పొదల్లో అటూ ఇటు తిరుగు పళ్ళను కొరుకుతూ ఆనందంగా జీవిస్తున్నాయి.

హంసలు చెరువులో ఒక చోటి నించి ఇంకో చోటికి నీటిలో తేలియాడుతూ, చేపలతో ఆడుతూ, అందంగా కువ కువలాడుతూ కాలం గడుపుతుంటే, నీటి ఒడ్డున కప్పలు

బెక బెక మంటూ వర్ష సూచనను తెలుపుతూ హాయిగా వున్నాయి.

చెరువులోని చేపలు పెద్ద చేపలు చిన్న చేపలతో ఆడుతూ పోటీ పడుతూ కంటికింపుగా కదులుతూ ఉంటే ఎంతగా అందంగా కనిపిస్తున్నాయో ఈ రకరకాల చేపలు.

ఈ రంగు రంగుల చేపలు తోకలతో, మీసాలతో, పొలుసులతో అందంగా ఉన్నాయి.

చెట్టుమీద రకరకాల పక్షులు తమ తమ గూళ్ళలో చిన్ని పక్షులకు

ఆహారం అందిస్తూ ప్రేమగా చూసు కుంటుంటే ఎంతో ఆనందంగా ఉంటుంది.

ఆహారం కోసం అన్నీ కలసి కట్టుగా ఎగురుతూ వెళ్లి సాయంసమయానికి గూటికి చేరుకుంటుంటే వాటి ఐకమత్యం చూసి మురిసి పోవాల్సిందే.

భూమి మీద చిట్టి ఎలుకలు తన కలుగు లోనించి బయటికి వచ్చి అటూ ఇటూ చూసి మళ్ళీ

కలుగులోకి దూరటం ముచ్చటగా ఉంటుంది.

చెరువుకి ఇటు గట్టుమీద ఒక తాబేలు, ఇంకో గట్టుమీద తాబేలు పిల్లలు, ఇటు గట్టు మీదున్న తాబేలు తాపీగా తన తల బయిటికి పెట్టి, అటూ ఇటూ చూస్తూ ఓ కన్ను తన పిల్ల తాబేళ్లపై వేసి వాటి క్షేమాన్ని చూస్తూ కాలం గడుపుతోంది.

అదే చిట్టడివిలో ఉండే కుందేళ్లు అటూ ఇటూ ఉరుకులాడుతూ దొరికిన చోట పళ్ళు తింటూ ఎవరికీ దొరక కుండా తన చెవులను నిక్కించి, మహా హుషారుగా జీవిస్తున్నాయి.

అందులో ఒక కుందేలు అల్లరి కుందేలు.
ఎవరిని నిలువ నీయదు.
తనతో ఆడమంటుంది.
పరుగులు తీయమంటుంది.
గెంతమంటుంది.
పోటీపడమంటుంది.
ఒకింత చురుకుదనం ఎక్కువ.

తనకంటే వేగంగా పరుగులు పెట్టేవారు లేరని గర్వం కూడా ఎక్కువే.
వేరే జంతువులని తనతో పోటీ పడమంటుంది.

ఒకరోజు ఇలాగే అటూ ఇటూ గెంతుతూ వచ్చిన కుందేలుకి చెరువు గట్టుపై స్థిమితంగా కూర్చున్న తాబేలు కనిపించింది.

ఎందుకు ఎప్పుడూ ఒకే చోట కూర్చుంటుంది ఈ తాబేలు? ఈ సారి ఈ తాబేటిని తనతో పరుగులు పెట్టమని చెప్తాను. నాతో కొంత దూరం కూడా రాలేదు. అప్పుడు నేనెంటో తెలుస్తుంది. నా గొప్పదనం, నా చురుకుదనం చూపిస్తాను.
అంటూ ఒడ్డున వున్నా తాబేలు వద్దకు వెళ్ళింది.
అక్కడే దగ్గరలో వున్న పండును చూసి, కొరుకుతూ, తన చెవులను

నిక్కించి, తాబేలు చుట్టూ అటూ
ఇటూ చలాకీగా తిరగడం మొదలు
పెట్టింది.

అక్కడడే వున్నా తాబేలు
ఎప్పటిలాగే స్థిమితంగా,
నిర్వికారంగా వుంది.
కాసేపు అక్కడక్కడే
తచ్చాడుతున్న కుందేలు,
తాబేలుని పలకరించాలని దగ్గరకు
వచ్చింది.

తాబేలా, ఎప్పుడు ఒకచోట
కదలకుండా ఉంటావు.
నీకు మరి కాలం ఎలా గడుస్తుంది.

నీ పిల్లలేమో ఆ గట్టుమీద, నీవేమో
ఈ గట్టుమీద.
చాలాకీలాగా ఉండొచ్చు కదా, అంది.

సమాధానంగా ఓ కొండలా, నీ శరీర
తత్వం వేరు, నా శరీర తత్వం వేరు.
నువ్వు ఒక చోటి నించి యింకో
ఇంకో చోటికి వెళ్లగలవు.

కానీ నేనుకూడా వేగంగా నడవ
గలను.
వేగంగా నీటిలోనూ నడవగలను.
భూమి పైన నడవలేను.
నీకుమల్లే అనవసరంగా గంతులు
వేస్తూ వెళ్ళలేనేమో కానీ నేనుకూడా
సమయస్ఫూర్తితో నిదానంగా నా
పనులను సాదించగలను, అంది.
కుందేలు గర్వంగా అవును, నాతో
పోటీ పడాలంటే నీకు చాలా కష్టం.
నిదానంగా ఎంతకాలమైనా వేగాన్ని
అందుకోలేవులే, అంది.

పరుగులు పెడితే పనులు
అవుతాయనుకోవటం నీ అజ్ఞ్యానం.
తొందరపాటుతో నష్టపోయిన వారిని
ఎందరినో చూసాను.
ఏ పనైనా నిదానంగా చేస్తే తీరుగా
ఉంటుంది.
వేగంలో గందరకోళం
అయిపోతాయి.

నువ్వు కూడా నీ వేగాన్ని
అవసరార్థం జాగ్రత్తగా
ఉపయోగించుకో.
వేరేవారితో పోటీ తత్వం మంచిది
కాదు, అంది తాబేలు.

తాబేలా, నువ్వు నాతో పోటీ పడలేక,
ఇటువంటి మాటలంటున్నావు.
నీలో చలాకీతనం లేదు.

ఎప్పుడు ఒకేచోట ఉండటం
అలవాటైపోయింది.
నాతో కాసింత దూరంగా కూడా
రాలేవు, అంది కుందేలు.

నీకు వేగంగా తిరగ లేకపోతే, నీకు
రక్షణ ఉండదు.
నిన్ను నీవు రక్షించుకోవడానికి ఆ
భగవంతుడు నీకిచ్చిన వరం ఈ
వేగం.
నాకు రాయిలాంటి నావీపు భాగమే
నాకు రక్ష.

అయినా నేనుకూడా నీతో పోటీ
పడగలను.
ఎవరినీ తక్కువ అంచనా
వేయకూడదు.
నాకుండే ఉపాయాలు,
తెలివితేటలు నాకుంటాయి, అంది
తాబేలు.

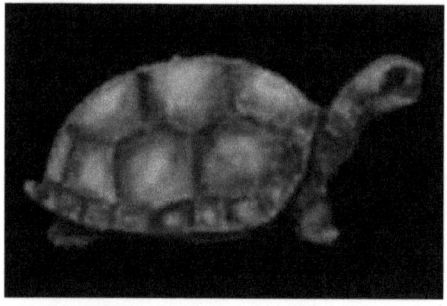

వెంటనే కుందేలు, "బడాయి
మాటలు మాట్లాడకు".
నా తెలివి తేటలు, చురుకుదనం
ముందు నీవు నిలువ లేవు, అంది.

తాబేలు కూడా తన సత్తా
తెలపాలనే ఉద్దేశంతో గుణపాఠం
నేర్పాలని నిశ్చయించుకుంది.

సరే, నేనుకూడా నీతో
పోటీపడడానికి సిద్ధంగా ఉన్నాను.
నీకు ఒప్పందమేనా అని అడిగింది,
తాబేలు.

తాబేలుని ఓడించడం ఖాయం
అన్న సంతోషంలో కుందెలుంది.
పోటీకి సిద్ధపడింది.

తాబేలు, కుందేలు, ఇద్దరూ పోటీకి
సిద్ధపడ్డారు.
కుందేలు తానే గెలుస్తానన్న
ధీమాతో ఉంది.
తాపీగా నిర్వికారంగా, స్థిమితంగా
తాబేలు పోటీకి సిద్ధమైయింది.

ఇద్దరూ వారు చేరుకోవాల్సిన గమ్యస్థానాన్ని నిర్ణయించుకున్నారు. సై అంటే సై అనుకున్నారు.

వీరి సంభాషణలు వింటున్న ఇతర జంతువులన్నీ ఉత్సాహంగా ఎవరు గెలుస్తారన్న ఉత్సుకతతో అక్కడా అక్కడా చేరి ఒకరితో ఒకరు చర్చించుకుంటున్నారు.

తాబేలు-కుందేలు ఇద్దరూ పోటీ కోసం వారి స్థలాల నించి బయలుదేరారు.

కుందేలు ఉత్సాహంగా, ఉల్లాసంగా గంతులు వేస్తూ మొదటి నించే పరుగులు తీయడం మొదలు పెట్టింది.

తాబేలు తన పద్ధతిలో నిదానంగా, స్థిరంగా, స్థిమితంగా నడవడం మొదలుపెట్టింది.

కుందేలు వేగంగా పరుగులుతీసి
కొంత దూరం వెళ్ళాక
ఆయాసపడింది.
ఆగింది.

వెనక్కు చూసింది.
కనుచూపు మేరలో తాబేలు
కనబడలేదు.
తాబేలు తన నడక కొనసాగిస్తూనే
ఉంది.
స్థిమితంగా, సమతుల్యమైన
నడకతో దర్జాగా నడుస్తోంది.

మరికొంత దూరం పరుగులు పెట్టిన
కుందేలు ఆలసింది.
మళ్ళీ తాబేలు కోసం చూసింది.
కంటికి కనబడలేదు.

తనపై తనకి ఎక్కడలేని నమ్మకం
కలిగింది.
ఎలాగైనా తాబేలు తనను
గెలవలేదన్న అభిప్రాయానికి
వచ్చింది.

తాబేలు ఎప్పటిలాగే తన పంథాలో
నడుస్తోంది, స్థిరంగా, స్థిమితంగా.

ఉత్సాహంతో ఉరకలు వేసి,
గంతులు వేస్తూ అధికమైన
నమ్మకంతో సాగుతున్న కుందేలు,
అలసి, సొలసి, నీరసించింది.

అయినా తనమీద తనకే
అపారమైన నమ్మకం.

తన వేగాన్ని ఎవరూ అందుకోలేరని,
తనను ఎవరూ గెలవలేరని,
అందుకే కాసేపు సేదదీరుదామని
ఒక చెట్టునీడన గాలికి
విశ్రమించింది.

పరుగులు పెట్టి ఆలసిందేమో,
చల్లని గాలికి నిద్ర పట్టేసింది,
పడుకుండిపోయింది.

తాబేలు తన పద్ధతిలో స్థిమితంగా,
నిదానంగా అయినా ఒక్క తీరుగా
నడుస్తూ కుందేలు పడుకున్న
చెట్టుదాకా వెచ్చేసింది.

ఇంకా కొద్దీ దూరం దాటేసింది.
ఇంకొంత దూరం స్థిమితంగా
నడిచేసింది.
గమ్య స్తానం చేరేసింది.
ఆపాటికి కుందేలుకి మెలకువ
వచ్చేసింది.
అటూ ఇటూ చూసింది.
ఎక్కడా తాబేలు జాడ కనపడలేదు.
ఇంకెక్కడ తాబేలు, తనను
చేరుకోవడం తాబేలు వల్ల కానే కాదు
అనుకుంటూ చలాకీగా, గంతులు
వేస్తూ గమ్యస్థానం చేరుకుంది.
అక్కడ తాబేలుని చూసి
హతాశురాలైంది.

తాబేలా, నువ్వేలా వచ్చావు ఇంత
వేగంగా అని అడిగిన కుందేలుకి
సమాధానంగా, నువ్వు చెట్టు కింద
అలసి, సేద తీరుతుంటే, గురక
పెడుతుంటే నేను నిదానంగా,
స్థిమితంగా, స్థిరంగా, నాచుకుంటూ
వచ్చి చేరాను.

నువ్వు వేగంగా పరుగులు పెడతావు.
గంతులు వేస్తావు.
ఉత్సాహంగా ఉంటావు.
కాబట్టి నీవు తొందరగా
అలసిపోతావు.
నేను స్థిమితంగా, నిదానంగా
ఉంటాను కాబట్టి అలసట ఉండదు.
కాబట్టి ఎవరి శక్తి వారిది.
ఎవరి యుక్తి వారిది.
ఒకరితో ఒకరికి పోటీ ఉండాలంటే
సమఉజ్జీలుగా ఉండాలి.
ఎవరికైనా నిదానమే ప్రదానము.
అంటూ ఉపాయంతో పరిస్థితులను
గెలవాలి.
అధిగమించాలి.

ఈ పోటీని చూస్తున్న మిగతా జంతువులన్నీ ఆనందంగా, ఉత్సాహంగా హర్షధ్వానాలు చేశాయి.

భగవంతుడు ఈ సృష్టిలో ప్రతీ ప్రాణికీ తెలివితేటలు ఇచ్చాడు. వాటిని ఉపయోగించుకోవడం మన కర్తవ్యమ్.

----

02) ఈగ - సాలీడు

*(గిడుగు సీతాపతి గారు రచించిన
గేయం ఆధారంగా రచించిన కథ)*

ఈగమ్మ - అందమైన ఈగమ్మ.

పెద్ద పెద్ద కళ్ళతో అటూ ఇటూ
తిరుగుతూ చలాకీగా ఉండే
ఈగమ్మ.

అందమైన రెక్కలతో లోకమంతా
తనదేనంటూ ఎగిరే ఈగమ్మ.

అమాయకంగా ప్రమాదం
తెలుసుకోలేని ఈగమ్మ.

తనకెవరూ ఎదురు లేదంటూ
ఎగురుతూ కుడితిలో పడే ఈగమ్మ.

తన   అందమైన   రెక్కలు
చూసుకుని మురిసిపోతూ అందరి

చుట్టూ తిరుగుతూ, ఎవరికీ అందకుండా తప్పించుకు ఎగురుతున్న ఈగమ్మ.

తనకు సాటి ఎవరూ రారని, తనకు పోటీ ఎవరూ లేరని తలచుకుంటూ గర్వంగా ఆడుతూ పాడుతూ ఉన్న ఈగమ్మ.

మనం చేసే పనులన్నీ బయటి నుంచి ఎందరో గమనిస్తూనే ఉంటారు కదా!

సమయం కోసం ఎదురు చూస్తుంటారు కదా!

మన బలహీనతలను, మన నైపుణ్యాలను ఎప్పుడు వాళ్లకి అనుగుణంగా మార్చుకోవాలో అని ఆలోచిస్తుంటారు కొందరు.

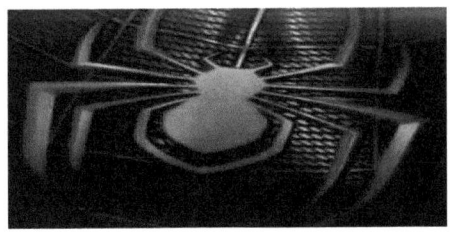

ఓ మూలన గోడకి గూడు కట్టు కుంటూ తంటాలు పడుతోంది ఒక సాలీడు.

మళ్ళీ జారిపోతుంటుంది.

మళ్ళీ ఇంకో చోట, మరొక చోట చూరుకి, ఎక్కడ వీలుంటే అక్కడ శక్తివంచన లేకుండా అలుపు సొలుపూ లేకుండా తన గూడు కట్టుకుంటూ నిత్యా శ్రామికుడిలా పాటు పడుతోంది సాలీడు.

అటూ ఇటూ రెక్కలు విదుల్చుకుంటూ ఎవరినీ లెక్క చేయకుండా, అడ్డుఆపు లేకుండా తిరుగుతున్న ఈగమ్మను చూసి అసూయ చెందింది. ఇంత స్వేచ్ఛగా, ఆనందంగా తిరుగుతున్న ఈగమ్మను తన దగ్గరికి పిలిచి తన స్వంతం చేసుకోవాలనుకుంది సాలీడు.

సాలీడు ఉద్దేశం తెలియని ఈగమ్మ అటూ ఇటూ తిరుగుతూ సాలెగూడు చుట్టూ

పక్కనే రొద చేస్తూ తిరుగుతూ హడావిడి చేస్తోంది.

రెక్కలు విప్పి ఎగురుతూ, అటు వాలి, ఇటు వాలి, పెద్ద కళ్ళతో అటు చూస్తూ, ఇటు చూస్తూ, పళ్ళ మీదా, మిఠాయిల మీదా వాలి రుచిచూస్తూ తనకు ఎదురెవరు అన్నట్టుగా ఎగురుతూ ఆనందంగా ఉంది ఈగమ్మ.

ఈగమ్మ వ్యవహారం చూస్తున్న సాలీడు మెల్లిగా తన గూడు దాటి బయటికి వచ్చి ఏకంగా నిలిచింది. సమయం కోసం వేచి చూస్తోంది.

ఈగమ్మ సాలెగూటి దరిదాపుల్లోకి వస్తూ వెళ్తూ, సాలీడు సమీపంలోనే తిరుగుతూ ఉంది.

తన దగ్గరలో తిరుగుతున్న ఈగమ్మను చూసి, ఈగమ్మా అని పిలిచింది సాలీడు.

ఎవరో పిలుస్తున్నారని గమనించినా తన మానాన తాను ఎగురుతూ ఆనందిస్తోంది ఈగమ్మ.

మరోమారు తన చుట్టూ పక్కలకు వచ్చినప్పుడు మళ్ళీ సాలెపురుగు ఈగమ్మా అంటూ ప్రేమగా పిలిచింది.

ఈగమ్మ ఆపిలుపుకి ఒక్క క్షణం ఆగి తన విశాలమైన కళ్ళు తిప్పుతూ అటువైపు చూసింది.

సాలీడు తల పైకెంచి నేనే పిలిచింది, ఇలా వస్తావా అంది.

ఈగమ్మ కాసేపు ఆగి ఆమ్మో నేను రాను అంది.

మళ్ళీ అటూ ఇటూ ఎగరడం మొదలు పెట్టింది.

మళ్ళీ తనవైపుగా వచ్చిన ఈగమ్మను చూసి, ఈగమ్మా నువ్వు భలే చక్కగా ఎగురుతున్నావే.

నువ్వు ఎగురుతుంటే నీ రెక్కలు చేసే శబ్దం సంగీతంలా ఉంది. ఇటురా ఒక్కసారి, అంది సాలీడు.

ఆమ్మో నేనురాను సాలెగూటిలో చిక్కుకొని, అంది ఈగమ్మ.

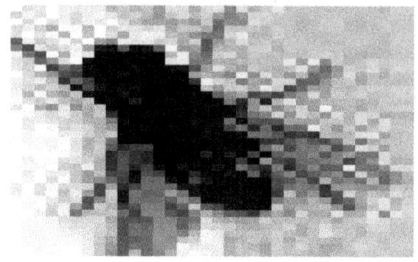

ఈగమ్మా, నువ్వు భలే అందంగా
ఉన్నావు, నీకు తెలుసా.
మా గూటిలో పెద్ద అద్దం ఉంది.
అందులో నువ్వు యెంత
అందంగా ఉన్నావో
చూసుకోవచ్చు, వస్తావా, అంది
సాలీడు.

అవునా అందంగా ఉన్నానా.
నీ సాలెగూటిలో పెద్ద అద్దం
ఉందా.
నేను ఎంత అందంగా ఉన్నానో
కనిపిస్తానా, అంటూ
అమాయకంగా అడిగింది.
మరి నేను నీ గూటిలో
చిక్కుకుంటే బయటికి రాగలనా.
ఆమ్మో నేను రాను.

నాకు భయం, అంది ఈగమ్మ.

సాలీడు యింకా దృఢంగా, ఈగమ్మా, ఎందుకు భయం. నేనున్నానుగా. ఎలా రావాలో చెప్తాను. మా గూటిలో నీకు కావలసిన మిఠాయిలు ఉన్నాయి. పళ్ళున్నాయి. తినడానికి ఎన్నో ఉన్నాయి. రా చక్కగా యిక్కడ కూడా హాయిగా ఎగురుతూ ఆడవచ్చు.పాడవచ్చు, అంది సాలీడు.

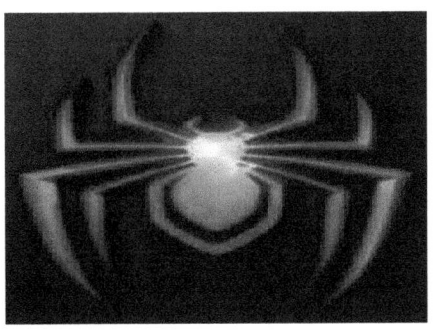

సాలీడు మాటలు విని మెల్లిగా కరిగిపోతూ, ఈగమ్మ అబ్బో, నీ కిష్టమైన తినుబండాగారాలు ఉన్నాయా. మరి నేనిలా రాగాలను.

నీ గూడు చాలా చిత్రంగా
ఉంటుంది కదా.
ఎటునుంచి రావాలో తెలియదు
కదా.
మెట్లు ఎక్కి ఎలా రావాలి.
అంటూ మళ్ళీ కొంచం ఆగి
అలోచించి, అబ్బబ్బ, నేను రాను
బాబోయ్.
నాకు భయం.
నీ సాలెగూడులోకి వస్తే నేను
మళ్ళీ బయటికి రాలేను, అంది
భయంగా ఈగమ్మ.

వెంటనే ఈగమ్మ తన దారిలోకి
వస్తోందని తలుస్తూ పట్టు
విడవకుండా, ఈగమ్మా, నువ్వు
భయపడకు.
నా సాలెగూటిలోకి రావాలంటే
మెల్లిగా మెట్లు ఎక్కుతూ చుట్టూ
తిరుగుతూ నువ్వు రాగలవు.
నువ్వు ఎంతో చలాకీగా ఉంటావు.
ఎక్కడికైనా వెళ్ళగలవు.
ఆడగలవు.

పాడగలవు.
నీకు సాటి ఎవరూ లేరు.
ఆకాశానికి ఎగరగలవు.
గిరగిరా తిరగగలవు.
నీకు ఎదురు ఎవరూ రారు.

ఈ మాటలకి ఈగమ్మ మెల్లిగా
కరుగుతూ, నాకూ రావాలనే ఉంది.
కానీ, మీ సాలెగూడు చాలా చిక్కు
చిక్కుగా ఉంటుంది.
అందులో చిక్కుకుంటే
తప్పించుకోవటం కష్టం కదా, మరి
ఎలాగా.

సాలీడు, ఈగమని
వశపరచుకోవటం తేలికే
అనిపించింది.
వెంటనే సమాధానంగా,
కష్టమేముంది.
నేనున్నాను.
భయపడకు.
నేను దగ్గరుండి నిన్ను నా
సాలెగూటికి తీసుకెళ్తాను.

విశాలమైన మేడంతా చూపిస్తాను.

అందులో పెద్ద అద్దంలో నువ్వెలా ఉంటావో చూపిస్తాను.

నీకిష్టమైన తినుబండారాలు తినిపిస్తాను.

నాగూటిలో నువ్వు హాయిగా ఆనందంగా ఆడుకోవచ్చు, పాడుకోవచ్చు, ఉల్లాసంగా ఎగరవచ్చు.

వస్తావా మరి అంది సాలెపురుగు.

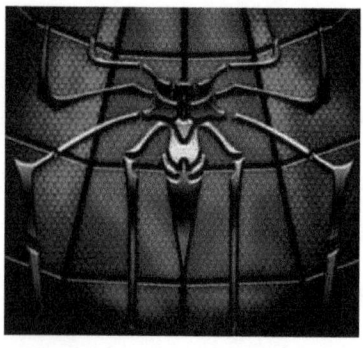

ఇవన్నీ విన్న అమాయకపు ఈగమ్మ ఊహలలో తేలుతూ, ముందున్న ప్రమాదాన్ని

గ్రహించకుండా తన అందమైన రెక్కలు చూసుకుని మురిసిపోతూ, ఎగురుతూ, ఎగురుతూ సాలీడు దగ్గరికి వెళ్ళింది.

ఆడింది, పాడింది, కబుర్లు చెప్పింది.

సాలీడు చెప్పిన కబుర్లు వినండి.

సాలీడుతో పాటుగా సాలెగూటికి వెళ్ళింది.

చిక్కుకుంది.

బయటికి రావటానికి పెనుగులాడింది.

ప్రమాదంలో కోరుకున్నానని తెలుసుకుంది.

జాలిగా అటూ ఇటూ చూసింది.

సహాయం కోరింది.

కానీ సాలెపురుగు తన గూటిలో చిక్కుకున్న ఈగమ్మను చూసి తన గెలుపుగా భావించి ఆనందించింది.

ఈగమ్మ తను చేసిన తప్పుకి విచారించింది.

మెరమెచ్చులకి ఆకర్షింపబడినందుకు చింతించింది.

ఆకర్షణకు లోనయినందుకు వగచింది.

మరో జన్మంటూ ఉంటే తనని తానూ రక్షించుకోవటానికి తెలివిగా ప్రవర్తిస్తానని తలచింది.

బయటి ప్రలోభాలకు లోను కాకుండా ఎవరి జాగ్రత్తలో వారు ఉండటం శ్రేయస్కరం.

----

03) పరివర్తన

అనగా అనగా అనగా ఒక చిన్న కుటుంబం. చక్కటి కుటుంబం. అమ్మా నాన్నా, అక్క, తమ్ముడు. అక్క కాలేజీలో చదువుతోంది. తమ్ముడు ఏడవ తరగతిలో వున్నాడు. పాఠశాలలో అన్నీ పోటీల్లో పాల్గొంటాడు. బాగా చదువుతాడు. టీచర్లతో మర్యాదగా ప్రవర్తిస్తాడు. స్నేహితులతో కలుపుగోలుగా ఉంటాడు. ఆటలు ఎక్కువగా ఆడతాడు. ఒకవేళ గొడవలు ఏమైనా జరిగినా తెలివిగా బయట పడతాడు. చదువులో చాలా బాగా మార్కులు రాకపోయినా టీచర్లతో కబుర్లు చెప్పి, మరిపిస్తాడు. ఇవన్నీ మధు గురించిన వివరాలు.

ఇవన్నీ చూస్తుంటే మధు ఎంత మంచిబాలుడు, చాలా క్రమశిక్షణ కలిగిన వాడు అని అనుకోవచ్చు కదా. ఇదంతా మరి నాణానికి ఒకవైపు. సాయంత్రం బడినించి ఇంటికి రాగానే వాడి లీలలు మొదలు. వాళ్ళమ్మని ఆట ఆడిస్తాడు వస్తూనే. పుస్తకాల బ్యాగు ఆమడ దూరాన విసిరేస్తాడు. కాళ్ళు కడుక్కోవడం కానీ, బట్టలు మార్చుకోవడం కానీ, ఏమైనా తినడం కానీ లేదు. సరికదా టీవీ ముందు కూర్చోవడం, చూస్తూ దానిలో లీనమవడం. వాళ్ళమ్మ కాళ్ళూ చేతులూ కడుక్కోమంటే కోపంతో ఎదురుగా వున్న బల్లని, కాలితో ఒక్క తన్ను తంతాడు.

బట్టలు మార్చుకోమంటే షర్ట్ విప్పి విసురుతాడు. వేరే షర్ట్ వేసుకోడు. పోనీ ఏదైనా తినమని వాళ్ళమ్మ తెచ్చిపెడితే వంకలు పెడతాడు.

మరొకటి కావాలంటాడు. అది లేకపోతె తనకేమీ వద్దంటాడు. లేకపోతె వాళ్ళమ్మ మీద గట్టిగా అరుస్తాడు.

మధు బాబుని కదపాలంటే ఇంట్లో అందరికీ ఒక రకమైన బెదురు. కొట్టినా, తిట్టినా ఎలా తీసుకుంటాడోనని భయం. ఇలాగే ఉంటే ముందు ముందు ఎలా మారతాడో, చదువు ఎలా సాగిస్తాడోనని ఇంటిల్లి పాదికీ ఆందోళన.

బడిలో టీచర్లు మాత్రం ఇక్కడ బానే ఉంటాడు. బానే మార్కులు వస్తాయి. చాలా మంచి మార్కులు రాకపోయినా మా దగ్గర బానే మాట్లాడతాడు అని రిపోర్ట్. మరి తప్పు ఎక్కడ జరుగుతోంది? వీడు ఎందుకు ఇలా ప్రవర్తిస్తున్నాడు

అన్నది ఒక చిక్కు ప్రశ్నగా మారింది.

ఒకసారి మధుబాబు అమ్మా నాన్న బడికి వెళ్లారు. అక్కడ అందరు టీచర్లను కలిశారు. ప్రత్యేకంగా ఎవరూ ఏమీ వివరంగా చెప్పలేదు. ఒక తెలుగు టీచర్ని కలిశారు. ఆమెతో మాటల సందర్భంలో మధుబాబు గురించి మాట్లాడుతూ, వాడి ప్రవర్తన గురుంచి చెప్పారు. ఆవిడ వింది. ఆలోచించింది. వివరంగా మాట్లాడతాను, మర్నాడు రమ్మంది.

ఈలోగా తెలుగు టీచరు మామూలుగా క్లాసుకి వెళ్ళింది. వొక్కొక్కళ్ళతో మాట్లాడుతూ మెల్లిగా మధు దగ్గరికి వెళ్ళింది. మాటల్లోకి దింపింది. మధు, నీకు మార్కులు పాసవటానికి తగ్గ మార్కులే వస్తున్నాయి. ఇంకా

బాగా చదవాలి కదా. మరి ఎందుకు ప్రయతించడంలేదు? అని అడుగుతూ తాను కూర్చునే కుర్చీ దగ్గరికి వచ్చింది. మిగిలిన పిల్లలందరికీ తను చెప్పిన పాఠంలో ప్రశ్నలకి జవాబులు రాయాల్సిందిగా పురమాయించింది. మధుని తన నోట్సు తీసుకు రమ్మంది. చెక్ చేసింది అందులో అన్నీ సగం సగం రాసినట్టుగా చూసి, రాయలేదేమి? అంటే మధు నీళ్లు నిమిలాడు. అదీ, అదీ, అంటూ రాద్దామనుకున్నాను టీచర్. మా అమ్మా నాన్నతో బయటికి వెళ్లాను. మా ఊరునించీ మా పిన్నీ వాళ్ళు వచ్చారు అంటూ నసిగాడు. మరి మీ అమ్మ కానీ, నాన్న కానీ నీ నోట్సు చూసారా, అని ఇంకంప్లెట్ గా వున్నాయి కదా? అంది. చూస్తారు టీచర్. అంటూ చెప్పటంతో ఇంటికి వెళ్లిన వెంటనే ఏం చేస్తావు

మధు, అని అడిగింది మెల్లిగా ఆరాతీస్తూ.

వెంటనే మధు ఏమీ చెప్పలేక పోయాడు. ఎందుకంటె తను ఇంటికెళ్తూనే తన సంచీ విసిరి ఒకమూల పడేయడం, బట్టలు మార్చుకోకపోవడం, అమ్మ పెట్టింది తినకపోవడం, వంకలు పెట్టడం, దురుసుగా ప్రవర్తించడం వంటివి కంటిముందు నిలబడ్డాయి. ఏం మాట్లాడకుండా నీళ్లు నములుతూ దిక్కులు చూడటం మొదలుపెట్టాడు మధు.

సరే మధు, ఇంటికి వెళ్లిన వెంటనే కాళ్ళు చేతులూ కడుక్కుంటావా, అని తనే అడిగింది.

వెంటనే సమాధానం చెప్పలేకపోయాడు మధు. సరే పోనీ నీ పుస్తకాలు జాగ్రత్తగా ఒకచోట పెట్టు కుంటావా మరి? అంది. తలా అడ్డంగా, నిలువుగా ఊపుతూ చెప్పకనే చెప్పినట్టు లేదన్నట్టు తెలిపాడు.

నీకు ఏది తినాలంటే ఇష్టం అని అడిగింది, సరళ టీచర్.

హుషారుగా ఐస్క్రీమ్, కడుంబరీ చాకోలెట్లు చాలా ఇష్టం టీచర్ అన్నాడు మధు.

దాంతో నీకు శక్తి రాదుగా, బలమైన ఆహారం తింటేనే కదా నీ బుర్ర బాగా పనిచేసేది.

లేదు టీచర్, నేను రెండు క్యాడ్బరీ తింటాను. కడుపు నిండుగా ఉంటుంది. కోక్ తాగుతాను టీచర్. నాకు బలం వుంది. అన్నాడు అమాయకంగా.

సరే మరి నువ్వు అమ్మ మాట వింటావా, నాన్న మాట వింటావా, అని అడిగింది తెలుగు టీచర్.

ఏం సమాధానం చెప్పాలో తెలియలేదు మధుకి. ఈ మధ్య అమ్మా నాన్న ఇద్దరూ వీళ్ళమాట వినటం లేదు అని అంటూనే ఉన్నారు. అది బుర్రలో మెదిలింది.అందుకే మౌనంగా ఉండిపోయాడు.

సరే మధూ, నువ్వు ముందు ముందు ఏం కావాలనుకుంటున్నావు? ఏ సబ్జెక్టు

అంటే ఇష్టం అని అడిగితె తెల్లమొహం వేశాడు.

ఇంకా సరళ టీచెర్కి మధు పరిస్థితి అర్ధం అయింది. ఇంకా మెల్లిగా నచ్చ చెప్తున్నట్లుగా చెప్పడం మొదలు పెట్టింది. పిల్లలందరి వైపు తిరిగింది. క్లాసులో నోట్సు రాస్తున్న పిల్లందరూ ఆసక్తిగా సరళ తెలుగు టీచర్ వైపు చూస్తున్నారు.

సరళ టీచర్ అంటే అందరికీ ఎంతో ఇష్టం. ఎంతో ప్రేమగా ఆప్యాయంగా ఎన్నో మంచిమాటలు పిల్లలకి నచ్చే విధంగా చెప్తుంది. వక్తృత్వ పోటీలలో పాల్గొనే పిల్లలకి ఎలా చెప్పాలో, భావాన్ని ఎలా పలికించాలో వంటి చక్కని సూచనలు ఇస్తుంది. వ్యాసరచన పోటీలలో అంశాలు ఎలా రాయాలి

అన్న వివరాలు తెలుపుతుంది. నాటక పోటీలుంటే అభినయం పాత్రకి తగ్గట్టుగా నేర్పిస్తుంది. ఇలా విద్యార్థులకి సహకారంగా ఉంటుంది. అందుకే ఆవిడ చెప్పే పద్ధతికి అందరూ ప్రభావితులవుతారు. ఆసక్తిగా వింటారు. అందుకే మధు కోసం చెప్పినా పిల్లలందరికీ పనికి వచ్చే విషయాలే కదా మరి.

విద్యార్థులందరూ టీచర్ వైపే చూస్తూ ఆవిడ చెప్పే విషయాలను వింటున్నారు.

పిల్లలందరూ వినండి. మన ప్రవర్తనతో మన వ్యక్తిత్వం తెలుస్తుంది. వ్యక్తిత్వం దృఢంగా ఉంటే మనం ఎన్నో విషయాలు సాధించగలం.

ఇవన్నీ ఎలా పెంపొందించుకోవాలి చెప్పడానికి

ఇంట్లో అమ్మా నాన్న, బడిలో టీచర్లు చెప్తూ ఉంటారు. వాళ్ళు చెప్పే విషయాలు వినాలి. ఎందుకంటె ముఖ్యంగా అమ్మా నాన్న మనకోసమే అన్నీ ప్రేమగా ఏర్పాటు చేస్తారు. మరి వాళ్ళ మాట లెక్క చేయకపోతే నష్టం ఎవరికి?

మనకే టీచర్ అని పిల్లలు ముక్త కంఠంతో జవాబిచ్చారు.

సమయానికి ఏ పనులు చేయాలో అవి అమ్మా నాన్న మీకు చెప్తారు. మరి అవి అలవాటు చేసుకోవాలి. లేచిన వెంటనే పళ్ళు తోముకోవడం, స్నానం చేయడం, పాలు తాగడం, బడికి వెళ్లే ముందు అమ్మ పెట్టింది తినడం వంటివి చాలా ముఖ్యం. ఇవి ఒక పద్ధతిలో అలవాటు చేసుకుంటే సగం క్రమశిక్షణ అలవాడినట్లే.

ఇటువంటి అలవాటు చేసుకోవడం చాలా సులభం. కానీ అలవాటు చేసుకోకపోతే మాత్రం చాలా కష్టాలు పడవలసి వస్తుంది.

మధుకి తన తోటి పిల్లలందరి వైపు చూసాడు. మెల్లిగా తను ఇంట్లో ప్రవర్తించే తీరు కళ్ళముందు ఉంటోంది.అమ్మతో, నాన్నతో దురుసుగా ఉండటం గుర్తొచ్చింది.

సరళ టీచర్ పిల్లలందరి వైపు తిరిగి చెప్తున్నా, అడపా దడపా మధు ముఖ కవళికలు గమనిస్తూనే ఉంది.

మళ్ళీ పిల్లల్ని చూస్తూ ఇంకో ముఖ్యమైన విషయం. మీలో ఎంత మందికి చాకోలెట్లు, ఐస్క్రీమ్ ఇష్టం అని అడిగింది. అందరూ హుషారుగా చేతులెత్తారు.

అవును నాక్కూడా ఇష్టమే మరి అని సరదాగా నవ్వుతూ అంది. కానీ అవి మనకి బలాన్నిచ్చేవి కాదు కదా. అందుకే అమ్మ మీకోసం వండి పెట్టినవి కడుపునిండా తినాలి. అప్పుడే మీ బుర్ర చురుకుగా పని చేస్తుంది. తర్వాత సరదాకి చాకోలెట్, ఐస్క్రీమ్ తినొచ్చు. అంతేకానీ ఆవే మన ముఖ్య ఆహారం కాదు అని తెలుసుకోవాలి.

మంచి ఆహారం తీసుకుంటే మీ ప్రవర్తనలో కూడా మార్పు ఉంటుందని తెలుసా మీకు.

నిజంగా టీచర్: అలా ఎలా ఉంటుంది, అని అడిగాడో విద్యార్థి.

ఆహారమే మనసవుతుంది. మంచి ఆహారం తీసుకుంటే ఆ బలమైన

ఆహారం పళ్ళు వంటివి తీసుకుంటే మన ఆలోచనలు కూడా మారతాయి. మంచి విషయాలపై ఆసక్తి పెరుగుతుంది. కొత్త విషయాలు నేర్చుకుందామనే జిజ్ఞ్యాస కలుగుతుంది. మనకి బలం, శక్తి, మంచి ఆహారం వల్ల కలుగుతుంటాయి. కాబట్టి మన పనులు మనమే చేసుకోగలుగుతాము. మన పనులు మనం చేసుకుంటే ఎంత తృప్తిగా, బాగుంటుందో తెలుసా, అనగానే అవును టీచర్ నా పుస్తకాలు, నా వస్తువులు, నా బట్టలు నేనే నీటుగా సర్దు కుంటాను అని ఒకడు చెప్పాడు. మిగిలిన వాళ్ళు కూడా వాళ్ళు ఏ పనులు చేస్తారో ఒకరితో ఒకరు చెప్పుకుంటూ మాట్లాడు కోవటం మొదలు పెట్టారు.

వారి దృష్టి మరలుచ్చతూ సరళ టీచర్ ఇంకో చాలా ముఖ్యమైన సంగతి చెప్తాను. అన్న వెంటనే పిల్లలు వినడానికి ఆసక్తి చూపారు.

మాతృ దేవోభవ, పితృ దేవోభవ, ఆచార్య దేవోభవ.

తెలుసుకదా మీకందరికీ.

తెలుసు టీచర్, అంటూ ఒక్కసారిగా అన్నాడు.

అమ్మ నాన్నల మాట వినటం అంటే వాళ్ళని గౌరవించటం. చక్కగా ప్రేమగా చూసుకునే అమ్మా నాన్నలు అనవసరంగా కోప్పడరు కదా. పిల్లల మంచి కోసం మీరు బాగా చదువుకోవాలనే, మంచి ప్రవర్తన కలిగి ఉండాలని అనుకుంటారు. మంచి ప్రవర్తన క్రమ శిక్షణ వున్నవారికి ఎప్పుడూ విజయమే. ఒకవేళ ఏదైనా కష్టం వచ్చినా ఎక్కువగా నష్టపోరు. అమ్మా నాన్నలే కాక మనచుట్టూ ఉన్నవారు కూడా ఎంతో ఇష్టపడతారు. అందుకే పిల్లలూ ఏ మంచి అలవాట్లు చేసుకోవాలన్నా మనం మన ఇంటి నించే మొదలు పెట్టాలి. చక్కటి ప్రవర్తనతో ఎన్నో గొప్ప పనులు సాధించవచ్చు. మరి

నేను చెప్పింది ఎంతమంది అనుసరిస్తారు. అనగానే అమాయకంగా అన్నీ విన్న మధుబాబు కూడా మిగిలిన పిల్లలందరితో కలిసి నేనుకూడా మంచి అలవాట్లు చేసుకుంటాను, అంటూ టీచర్ వైపు చూసాడు.

సరళ టీచర్ ఆప్యాయంగా నవ్వుతూ మధుబాబు వైపు చూసిన చూపుతో మధుకి ఒకరకమైన ఆత్మా విశ్వాసం కలిగింది. పరివర్తన కలిగింది. ఈ రోజునించే నేను అమ్మా నాన్న మాట వింటాను. నా పనులు నేను చేసుకుంటాను. బలమైన ఆహారం తింటాను. బలంగా ఉంటాను. బాగా చదువుకుంటాను. క్రమ శిక్షణ అలవరచు కుంటాను, అని మనసులో అనుకున్నాడు.

ఇంటికి వెళ్తూనే కాళ్ళూ చేతులూ కడుక్కుని, తన పుస్తకాల సంచి

తనగదిలో గూట్లో పెట్టి వచ్చి, అమ్మ కళ్ళల్లోకి చూస్తూ గట్టిగా వాటేసుకున్నాడు.

చూసారా, పిల్లలూ మైనపు బొమ్మలు జాగ్రత్తగా ప్రేమగా మలచుకోవాలి.

భావి పౌరులుగా తీర్చి దిద్దుకోవాలి.

===========

04) ఐకమత్యమే మహా బలము

అనగా అనగా అనగా ఒక చిట్టడవి. అన్ని జంతువులూ చక్కగా, స్నేహంగా, ఒకదానితో ఒకటి ప్రేమగా, ఎవరికైనా సహాయం కావాలంటే చేస్తూ, చాలా ఐకమత్యంగా ఉంటూ హాయిగా, ఆనందంగా జీవిస్తున్నాయి. కోతులు వాటి పిల్లా పాపలను ప్రేమగా చూసుకుంటూ, ఆడుతూ కాలం గడుపుతుంటే చెట్లలో గూళ్ళు కట్టుకున్న పక్షులు కూడా అంతే ప్రేమగా తమ పిల్లలకు ఆహారం అందిస్తూ రెక్కలు వచ్చి ఎగిరేవరకూ రక్షణ కల్పిస్తూ కాపాడు కుంటున్నాయి. లేళ్ళు చెంగు చెంగున ఎగురుతూ, బెదురు చూపులు చూస్తూ ఏ చిన్న అలికిడి అయినా ఎవరికీ చిక్కకుండా పరుగులు

పెడుతూ, వాటి జాగ్రత్తలో అవి జీవనం సాగిస్తున్నాయి. ఎలుకలు తమ కలుగునించి బయిటికి వస్తూ ఆహారం తీసుకుని వాటి పరిధిలో అవి నివసిస్తున్నాయి.

ఏదైనా ప్రమాదం వస్తుందని తెలిసిన వెంటనే ఒకదాని కొకటి హెచ్చరిక చేసుకుంటూ తెలివిగా తప్పించు కోవడంలో జంతువులన్నీ ఏకమవుతాయి. ఇలా హాయిగా ఎవరి జీవనం వారు గడుపుతూ సుఖంగా ఏ చీకూచింతా లేకుండా జీవిస్తున్నాయి.

కాలం ఎప్పుడూ ఒకేలా ఉండదు. మార్పులు సహజం. వాతావరణంలో మార్పులు వస్తే, వాటికి తగ్గట్టుగా మనం జాగ్రత్త పడాలి. అప్పుడే ప్రకృతిలో వచ్చే మార్పులు తట్టుకుని నిలబడగలం. తోటివారితో మార్పులు వచ్చినప్పుడు కూడా జాగ్రత్తగా గమనించి తెలివిగా ఉండాలి. పరిస్థితులు మారినప్పుడు జాగ్రత్తగా సమయస్ఫూర్తితో బయటపడగలగాలి.

ఇలా ఎప్పటికప్పుడు మన జాగ్రత్తలో మనం ఉంటూ ప్రమాద పరిస్థితి నించి తెలివిగా తప్పించుకోవడం మనం నేర్చుకోవాలి. ప్రాణులన్నింటికీ ఇంచుమించుగా ఒకే రకమైన

పరిస్థితి. జంతువులనించి మనుషులు నేర్చుకోవలసినవి చాలా ఉన్నాయి.

ఒకసారి ఆ చిన్నడవిలో ఒక వేటగాడు పక్షులను పట్టడానికి మంచి అవకాశం కోసం అదను కోసం వేచి ఉన్నాడు. ఆ అడవిలోని జంతువుల కదలికను గమనిస్తున్నాడు. ఏ జంతువుని వేటాడుదామా అని ఎదురు చూస్తున్నాడు. అన్ని జంతువులూ స్నేహంగా ఉండడం గుంపులుగా ఉండడం గమనించాడు. ఒకటే దెబ్బకి బొల్లెడు జంతువులని పట్టుకోవచ్చాని భావించాడు. స్నేహంలో సహాయ సహకారాలుంటాయి అని ఆలోచించలేదు. ఉపాయంతో ఒక దగ్గరలో ఉన్న ఖాళీ ప్రదేశానికి వెళ్లి పక్షులను వలవేసి పట్టుకుందామనుకున్నాడు ఒక

వలని నేలమీద పరిచాడు. ధాన్యపు గింజలను వల కనపడకుండా చల్లాడు. తానెక్కడి పరిసరాలలో ఉంటే తనను చూసి పక్షులు రావని భావించి కొంచం దూరంగా ఒక చెట్టు చాటున పొంచి ఉండి పక్షులకు ఎదురు చూస్తున్నాడు, వేటగాడు.

పక్షులలో ఒక మంచి గుణం ఏమిటంటే, ఎక్కడైనా ఆహారం దొరికితే తమ తోటి పక్షులకు సమాచారం ఇస్తాయి. వెంటనే ఒకదాని వెనుక ఒకటి వచ్చి వాలతాయి. అన్నీ కలిసి ఆహారాన్ని పంచుకుంటాయి. సహాయ సహకారాలు పక్షిజాతులలో ఎక్కువ. ఒక పక్షికి కష్టం కలిగినా అన్నీ ఆ చుట్టూ పక్కలే తిరుగుతూ వాటి సంఘీభావాన్ని తెలుపుతాయి.

వేటగాడు ఎదురు చూస్తున్నట్లుగా చెట్లపై ఉన్న పక్షులు నెల మీద పరచి ఉన్న ధాన్యపుగింజలను గమనించాయి. మిగిలిన పక్షులతో

మనకు ఆహారం నేలమీద సమృద్ధిగా కనిపిస్తోంది. హాయిగా కొన్ని రోజుల వరకూ శ్రమపడకుండా హాయిగా ఉండవచ్చు అని అన్నది. అక్కడే ఉన్న వృద్ధ పావురం తనకున్న అనుభవంతో ఇతర పక్షులతో ఇలా అన్నది.

ఎన్నడూ లేనిది ఈ అడవిలో ఈ విధంగా ధాన్యపు గింజలు పరచబడి ఉండడం నాకు అనుమానం కలిగిస్తోంది. ఏదైనా ప్రమాదంలో పడతామేమో అన్న సంశయం కలుగుతోంది అన్నది. ఆ మాట వింటూనే ఒక దురుసుగా వుండే పావురం జవాబుగా ప్రతీదీ అనుమాన పడితే మనకు ఏదీ దొరకదు. దొరికినప్పుడు మీనమేషాలు లెక్కించకూడదు. అనుమానం పెనుభూతం వలె ఏ పనీ ముందుకు సాగనివ్వదు.

పదండి. త్వరగా మనకు కనిపిస్తున్న ఆహారాన్ని తీసుకుందాం అంది.

అనుభవంతో చెప్పిన పావురం మాటలు మిగిలిన పావురాలు పెడచెవిన పెట్టాయి. ఒకదాని వెంట మరొకటి వలపై వెదజల్లిన ధాన్యపు గింజలను తినడానికి వాలాయి. వలలో చిక్కుకున్నాయి. ఎగరడానికి ప్రయత్నించాయి. వీలుకాలేదు.

ప్రమాదాన్ని శంకించిన ముసలి పావురం చెట్టుపై నించి గమనిస్తూనే ఉంది. ప్రమాదంలో చిక్కుకున్న తోటి పావురాలను చూసి జాలిపడింది. ఎలా వీళ్ళని ప్రమాదం నించి కాపాడాలో అని ఆలోచించింది. ఎవరు రక్షించ గలరు అని అటూ ఇటూ చూసింది.

ఈలోగా వలలో చిక్కుకున్న పావురాలు ఏదో ఒక ఉపాయంతో ప్రమాదం నించి తప్పించుకోడానికి ఏం చేయాలా అని చురుకుగా ఆలోచన చేశాయి. వలలో చిక్కుకున్న పావురాలలో ఒక తెలివి గల పావురం ఇలా అంది. మనం పెద్ధ ప్రమాదంలో ఉన్నాము. ఇది మనల్ని పట్టుకోవడానికి వేసిన వల. అందులో మనం చిక్కుకున్నాము. ఇంకాసేపటికి తప్పక వేటగాడు వచ్చి మూట కట్టుకుని వెళ్తాడు. ఆలోపు మనం తప్పించుకోవాలి అంది. వెంటనే సమయస్ఫూర్తి గల మరొక పావురం, ముందు మనందరమూ కలిసి ఒక్కసారిగా ఇక్కడి నించి ఎగిరి పోదాము. ప్రమాదంలేని ప్రదేశానికి వెళ్లి అక్కడ ఎలా ఈ వల నించి విడిపోదామా అని ఆలోచించవచ్చు. తక్షణ కర్తవ్యమ్ ఇక్కడి నించి తప్పించుకోవడం

అంది. ఆమాట మిగతా పక్షులకన్నిటికీ అంగీకారమై ఒక్కసారిగా ఆకాశంలోకి వలతో సహా పావురాలన్నీ ఎగిరాయి.

వలలో చిక్కుకున్న పక్షులను చూసి సంతోషంగా మూట కట్టుకుని వెళ్దామనుకుని చెట్టు చాటు నించి వల విసిరిన ప్రదేశానికి వచ్చాడు., వేటగాడు.

పక్షులన్నీ కలిసి ఎగరటం చూసిన వేటగాడు అవాక్కయాడు. ఆశ్చర్యపోయాడు. ఏమి ఈ విపరీత చర్య అని తెల్లబోయాడు.

పైన చెట్టుపై నించి గమనిస్తున్న ముసలి పావురం తన అనుభవంతో తొందర పడక వలలో పడకుండా తప్పించుకుంది. తన తోటి

పావురాలు వలలో చిక్కుకోవడం చూసి వాళ్ళని వల తాళ్ల నించి తప్పించడానికి ఆలోచన చేసింది.

ఆ అడవిలోని జంతువులన్నీ ఎంతో స్నేహంగా ఒకరికొకరు సహాయంగా ఉంటూ కలసి మెలసి ఉంటాయి కదా. మరి ఎలుకలు కూడా పావురాలకు మిత్రులే. ముసలి పావురం అక్కడున్న ఎలుకలకు కబురు అందించింది. పావురాలు ప్రమాదంలో చిక్కుకున్నాయని వివరించింది. ఎలుకల సహాయం కోరింది. ప్రమాదం నించి రక్షించ వలసిందిగా వేడుకుంది.

ఆ చిన్న అడవిలోని జంతువులన్నీ కలసికట్టుగా స్నేహంగా ఉంటున్నాయి కదా.

మరి తోటి పక్షులకు కష్టం కలిగినప్పుడు సహాయం చేయడానికి ఎలుకలు అన్నీ ముందుకు వచ్చాయి. వల తాళ్లను పళ్లతో కొరికి వేసాయి. పావురాలను వల తాళ్ల నుంచి విడిపించాయి. వల తాళ్ల నుంచి తప్పించుకున్న పావురాలు తోటి ప్రాణులు, సహజీవులైన ఎలుకలకు కృతజ్ఞతలు తెలిపాయి. సంతోషంగా ఎగురుతూ తమ గూటికి క్షేమంగా చేరి మరి ఎప్పటిలాగే హాయిగా నిశ్చింతగా జీవించ సాగాయి.

చూసారా పిల్లలూ, తోటి వారితో స్నేహం సత్సంబంధం ఎప్పటికైనా మనకు ఉపయోగపడుతుంది. ఐకమత్యంగా ఉంటే ఎంతటి కష్టమైనా బయట పడవచ్చు.

ఐకమత్యమే మహాబలం

=======

05) సిండ్రిల్లా

[ఫెయిరీ టేల్స్ ఆధారంగా]

అనగా అనగా అనగా ఒక
ఊళ్ళో ధనికుడు ఉండేవాడు.
అతనికి భార్య, కూతురు
ఉన్నారు. ధనికుడు వ్యాపారం
కోసం ఊళ్ళు, దేశాలు

తిరుగుతూ కొన్ని రోజులు ఇంట్లో, కొన్ని రోజులు బయటా ఉంటూ ఉండేవాడు. ఇంటి పనులు చూసుకోవడానికి, కుటుంబాన్ని చూసుకోవడానికి వీలుపడేది కాదు. అతని కూతురు సిండ్రిల్లా కూడా చిన్నదే. చాలా అందంగా ఉండేది. భార్య అనారోగయంతో బాధపడుతూ ఉండేది. చిన్న పిల్ల అయినా పనివాళ్ల సహాయంతో తల్లికి సేవచేస్తూ పక్కనే ఉండేది. సిండ్రిల్లా చాలా నెమ్మదస్తురాలు. భయస్తురాలు. అమాయకంగా ఉండేది. వాళ్ళమ్మ అనారోగ్యంతో బాధపడుతూ ఉంటే ఏం చేయాలో తోచక సిండ్రిల్లా కూడా భయంతో బాధపడుతూ ఉండేది.

తల్లి సింద్రిల్లా చూసి అమ్మా నువ్వు భయపడకు. ధైర్యంగా ఉండాలి. అందరితో కలసి మెలసి ఉండడం నేర్చుకో. నేను ఇంక ఎక్కువ కాలం బ్రతకను. జాగ్రత్తగా సమయస్ఫూర్తితో మెలుగు. నేను ఎక్కడ ఉన్నా నీ బాగోగులు చూస్తుంటాను.నీకు అండగా వుంటాను. భయపడకు అంటూ ధైర్యం చెప్పింది. కానీ సింద్రిల్లా తల్లి పరిస్థితి చూసి భపడుతూనే ఉంది. అనుకున్నట్టుగానే తల్లి పరిస్థితి విషమించి మరణించింది.

సింద్రిల్లా కి చాలా బాధ కలిగింది. తనని చూసుకునే అమ్మ

చనిపోయేసరికి లోకమంతా సూన్యమై పోయింది. ధైర్యం చెప్పే అమ్మ పక్కన లేక పోయేసరికి తనకెవరూ దిక్కు అంటూ బాధ పడింది. తన స్నేహితులుగా భావించే పక్షులు కనిపిస్తే వాటితోనే తన బాధనంతా తెలుపుకునేదు. పక్షులతోటే కాలక్షేపం చేసేది. వాటితో ఆడుకునేది. వాటికి ధాన్యపు గింజలు వేసి ప్రేమగా చూసుకుంటూ ఉంటే అవి కూడా సిండ్రిల్లా కి ఎంతో మచ్చిక అయినాయి.

సిండ్రిల్లా తన భార్య మరణించిన తర్వాత వ్యాపారంలో ఇంకా మునిగిపోయాడు. ఊళ్ళూ, దేశాలు తిరగడంతో సిండ్రిల్లా తో సమయం గడపడానికి వీలుండేది కాదు. కానీ స్నేహితులు, బంధువులూ సిండ్రెల్లా ని

చూసుకోవడానికి, తన సహచర్యానికి ఇంకో పెళ్లి చేసుకోమని సలహా ఇచ్చారు. సిండ్రిల్లా తండ్రి కూడా అలోచించి, తనకు కూడా ఒక తోడుకావాలి, అని అనుకొన్నాడు. సిండ్రిల్లా కూడా ఎంతకాలం ఒంటరిగా ఉండగలదు. చిన్నపిల్ల ఆమెను చూసుకోవడానికి ఇంట్లో ఎవరైనా తోడుగా ఉంటే బాగుంటుందని తలచి, వివాహం చేసుకోవాలని అనుకున్నాడు, తండ్రి. తెలిసిన వారిలో ఒక మహిళకు ఇద్దరు కూతుళ్లు ఉన్నారు భర్త లేదు. సిండ్రిల్లా కు కూడా తోడు వుంటారు. మంచి కాలక్షేపం అనుకుని ఆమెని వివాహం చేసుకున్నాడు. వచ్చినప్పటి నించీ సవతి తల్లికి సిండ్రిల్లా తన కూతుళ్లకంటే అందంగా ఉంటుందని అసూయ కలిగింది. సిండ్రిల్లా చేత అన్ని పనులూ, చేయించడం మొదలు

పెట్టింది. చీదరించుకోవటం, తన కూతుళ్లను ఒకలా, సిండ్రిల్లా ని ఒకలా చూడటం మొదలు పెట్టింది. సిండ్రిల్లా తండ్రి ఇంటి విషయాలు పట్టించుకోకుండా వ్యాపారం పనుల్లో మునిగి తేలుతూంటే ఇక్కడ ఇంట్లో సవతి తల్లి పెట్టె కష్టాలకు సిండ్రిల్లా ఎంతో బాధపడుతూ ఉండేది. సవతి చెల్లెళ్ళు కూడా తనతో ప్రేమగా ఉండకుండా, కలవకుండా తనని కష్టపెట్టేవారు. ఇంక సిండ్రిల్లా తన బాధలు ఎవరితో చెప్పుకుంటుంది? తన పెంపుడు పక్షులతో కష సుఖాలను చెప్పుకుంటూ ఉండేది. వాళ్ళ అమ్మ ఫోటో దగ్గర కూర్చుని బాధ పడేది. తనని ఎందుకు వదిలి వెళ్లిందో అర్ధంకాక ఏడుస్తూ ఉండేది. కానీ ఏం చేయగలదు. సవతి తల్లి చెప్పింది వినడం తప్ప. అందుకే సవతి తల్లి చెప్పిన అన్ని పనులూ చేయడం,

అమ్మను గురించి ఆలోచిస్తూ బాధపడడం తప్ప ఏమీ చేయలేని పరిస్థితి.

తండ్రికూడా ఇంటి సంగతులు కానీ, సిండ్రిల్లా పరిస్థితిని కానీ ఆలోచించే సమయంలేదు. ఎప్పుడూ వ్యాపార లావాదేవీల్లో మునిగి తేలుతుండేవాడు. పిల్లలకు పెళ్లీడు వయసు వచ్చిందన్న ఆలోచనకూడా లెదు. కాలం అలా నడుస్తోంది. ఎవరి అవకాశాన్ని వారు అల్లా ఉపయోగించుకుంటూ జీవితాలు గడుపుతున్నారు. సిండ్రిల్లా తన జీవితానికి మార్పు లేదా. ఇలా ఎందుకు జరుగుతోంది. నేనెవరికీ ఏ భాదా కలిగించలేదు కదా. అమ్మ తనను ఎక్కడున్నా కాపాడుతానని అంది కదా. మరి ఆ దేవుడు కూడా కరుణించడా అంటూ పక్షులతో మొరపెట్టుకునేది సిండ్రిల్లా.

దేవుడు కరుణామయుడు. సమయం చూసి ఎవరికి ఏది అందివ్వాలో దానిని అందిస్తాడు. అందరినీ కరుణిస్తాడు. సహనంతో ఎదురు చూడటం, మనపని మనం చేసుకుపోవడమే మన కర్తవ్యమ్.

ఒకరోజు ఆ ఊరి రాజుగారు తన కుమారుడికి వివాహం చేయాలని భావించారు. అందమైన, సుగుణాల రాశి, సహన శీలి, అయినా అమ్మాయిని తన కుమారుడికి భార్యగా తేవాలని తలచాడు. ఊరంతా దండోరా వేయమని విందుకు ఆహ్వానించమనీ, స్వయంవరం లో పాల్గొనడానికి చుట్టు పక్కల ఊళ్లలో ఉన్న వారందరూ తమ కుమార్తెలను పెళ్లీడుకు వచ్చిన వారిని తీసుకు రావాలని తెలియజేసారు.

పెళ్లీడు కుమార్తెలున్నా వారికందరికీ చాలా సంతోషం కలిగింది. రాజుగారి కుమారుడితో వివాహం అంటే ఎంత అదృష్టం. ఈ అవకాసమ్ ఎవరిని వరిస్తుందో అని అందరూ తరలి రావడానికి సిద్ధమైయ్యారు.

సింద్రిల్లా సవతి తల్లి మరీ మరీ సంతోషపడింది. తన ఇద్దరి కూతుళ్లతో ఎవరో ఒకరిని తప్పక రాజకుమారుడు ఇష్టపడతాడని భావించింది. కానీ, తన కూతుళ్ళకు తోటిదైన సింద్రిల్లా సంగతి

కొంచమైనా ఆలోచించలేదు. ఒకవేళ వచ్చినా, ఆ అవకాశాన్ని సింద్రిల్లా కు దక్కనివ్వని మనస్తత్వాలు.

సింద్రిల్లా, రాజుగారు వేయించిన దండోరా విన్నది. ఆహా, స్వయంవారానికి పెళ్లీడుకు వచ్చిన ఎవరైనా వెళ్ళవచ్చు కదా. మరి తనకు వెళ్లే పరిస్థితి లెదు కదా. ఏ దేవత కరుణిస్తుంది. తనకు స్వయంవరానికి వెళ్లే అదృష్టం లెదు. అదే తన తల్లి ఉంటే చక్కగా ముస్తాబు చేసి దగ్గరుండి స్వయంవారానికి తీసుకు వెళ్ళేది కదా, అని బాధ పడుతూ కూర్చుంది. స్నేహితులైన పక్షులతో చెప్పుకుంది. కన్నీరు కార్చింది.

సవతి చెల్లెళ్ళు రాజకుమారుడి స్వయంవరానికి వెళ్ళడానికి ఏ రంగు దుస్తులు వేసుకోవాలి, ఏ నగలు వేసుకోవాలి, అలంకరణ ఎలా ఉంటే బాగుంటుంది అనుకుంటూ ఇద్దరూ సవతి తల్లితో చర్చిస్తూ వాదులాడు కుంటూ హడావిడిగా ఏర్పాట్లు చేసుకుంటునారు. ఇవన్నీ చూస్తున్న సింద్రిల్లా దీనంగా ఏం చేయాలో తెలియకుండా, అటూ

ఇటూ తిరుగుతూ ఎటువంటి ఆసక్తి లేకుండా పనులన్నీ చేస్తోంది. కిటికీ దగ్గర హడావిడి చేస్తున్న పక్షులను చూస్తూ మనసులోనే బాధపడుతోంది.

రాజకుమారుడి స్వయంవరం ఆరోజే. ఏర్పాట్లన్నీ ఘనంగా జరుగుతున్నాయని అందరూ చెప్పుకున్నారు. ఊరంతా సందడి. రాజకుమారుడు ఎవరిని ఎంచుకుంటాడు? ఎవరిని ఆ అదృష్టం వరించబోతోందని అందరూ ఏంటో ఆతృతగా ఎదురు చూస్తున్నారు. పెళ్లీడుకు వచ్చిన ఆడపిల్లలందరూ తమకే ఆ అవకాశం అని మనసులో అనుకుంటున్నారు. అందమైన దుస్తులు, రక రకాల అలంకరణ, చక్కటి ముఖ వర్చస్సు కలిగిన అందమైన అమ్మాయిలతో రాజప్రాసాదం అంతా కళకళలాడి పోతోంది. కానీ సింద్రిల్లా మాత్రం

దిగాలుగా, ఒంటరిగా, దీనంగా సూన్యంలోకి చూస్తూ తల్లిని తలుచుకుంటూ బాధపడుతోంది.

సవతి చెల్లెళ్ళు చక్కగా ముస్తాబై, గర్వాంగా సిండ్రిల్లా వైపు చూస్తూ ఆర్భాటంగా చెప్పులు టకటక లాడించుకుంటూ సవతి తల్లితో పాటు స్వయంవరానికి బయలుదేరి వెళ్లారు.

సిండ్రిల్లా తానూ ఒంటరిగా మిగిలిపోయింది. తన భవిష్యత్తు ఏమిటో తనకే తెలియటంలేదు. ఇలా విచారంగా జీవితాన్ని ఎంతకాలం గడపాలి. తన జీవితానికి మార్పు ఎప్పుడు కలుగుతుంది? ఏ దేవుడికి తనపై కరుణ కలుగుతుంది. అని ఆలోచిస్తూ అమ్మని తలుచుకుని బాధపడింది.

కష్టాలు ఎప్పుడూ వుండవు. కష్టాల వెంబడే సుఖం కూడా మనకి కలుగుతుంది. ధైర్యాన్ని పోగొట్టుకో కూడదు. మంచి మనసుతో, నిష్కల్మషంగా ఉంటే భగవంతుడి కృప మనపై తప్పక ఉంటుంది. అదృష్టం ఏ రూపంగా వస్తుందో, ఎవరి ద్వారా వస్తుందో ఎవరికీ తెలియదు. శాంతంగా ఉంటే అదే మనకు రక్ష. భూతదయ అదే మనకు కరుణ. మనసుతో చేసే ప్రార్థనలు తథాస్తు దేవతలు తప్పక వింటారు. దేవ దూతలు మనకు సహాయం చేయడానికి ఏదో ఒక రూపంలో మన ముందుంటారు. మనకు దిశా నిర్దేశం చేస్తారు. మన అదృష్టానికి మార్గం సుగమం చేస్తారు. సిండ్రిల్లా నిష్కల్మషమైన, సున్నితమైన, అమాయకమైన కష్టాలకీ, ప్రార్థనలకీ భగవంతుడు సమాధానమిచ్చాడు.

సిండ్రిల్లా తనని ఒంటరిగా, పట్టించుకోకుండా వెళ్ళిపోయిన సవతి తల్లి, చెల్లెళ్లను తలచుకొని మనసుకు బాధ కలిగింది. తనకి కూడా రాజకుమారుడి స్వయంవరానికి వెళ్లాలని చాలా అనిపించింది. ఎంతో ఆర్ద్రంగా, భగవంతుణ్ణి వేడుకుంది. తననీ కష్టాలనుండి బయటకు తీసి తన జీవితానికి సుఖ శాంతులు కలిగించాలని కోరుకుంది. సిండ్రిల్లా బాధలనుండి తప్పించడానికి ఇదే సరైన సమయం అని తలచిన దేవకన్య సిండ్రిల్లా ముందు ప్రత్యక్షమైంది. తన మంత్రం దండంతో సిండ్రిల్లా మనసుకు శాంతి కలిగించింది.

వెంటనే స్వయంవరానికి బయలుదేరమని పురమాయించింది. కానీ ఒక హెచ్చరిక కూడా చేసింది. రాత్రి **12** గంటలదాకా ఈ మాయ

పనిచేస్తుంది. ఆలోపుగా వచ్చేయాలని తెలిపింది.

ఈ హఠాత్ పరిమాణానికి సింద్రిల్లా ఆశ్చర్యపోయింది. ఏం చేయాలో తోచలేదు. దేవకన్యను చూసిన వెంటనే మనసులో ఏంటో ఆనందం కలిగింది, మనసంతా ప్రశాంతంగా ఉంది.

దేవకన్య తన మంత్రదండంతో చక్కటి అందమైన దుస్తులు, అలంకరణ వస్తువులు, చెప్పులు అన్నీ సమకూర్చి, వెల్దంలడానికి చక్కటి రథాన్ని ఏర్పాటు చేసింది. దర్జాగా సంతోషంగా మనసంతా ఆనంద డోలికల్లో తేలుతూ ఉంటే బయలుదేరి స్వయంవరానికి వెళ్ళింది.

రాజప్రసాదంలో అడుగుపెడుతూనే అందరి దృష్టి దేవకన్యలా మెరిసిపోతున్న

సిండ్రిల్లాపై పడింది. అందంగా, అమయాకంగా, సుగుణాల రాశిలా కనిపిస్తూ సిండ్రిల్లాలో ఏదో ఆకర్షణ కనిపించింది. రాజకుమారుడి దృష్టి నేరుగా సిండ్రిల్లా పై పడింది. ఈమెనే తనకు కాబోయే భార్య అని మనసులో నిర్ణయించుకున్నాడు. దగ్గరకు వచ్చాడు తన చేయినందించి తనతో డాన్స్ చేయమన్నాడు. సిండ్రిల్లా రాజకుమారుడి కోరికను అంగీకరించింది. తన అదృష్టానికి ఎంతో మురిసి పోయింది. ఆనందంలో తేలిపోయింది. అక్కడున్న వారందరూ వీరిద్దరి జోడి చాలా అందంగా, సరైనదిగా భావించారు. చప్పట్లు కొట్టారు.

ఉన్నటుంది దేవకన్య చెప్పిన మాటలు గుర్తుకు వచ్చాయి. సిండ్రిల్లాకి రాత్రి **12** గంటలకల్లా వెనకకి వచ్చేయాలన్న మాట గుర్తుకు వచ్చి వెంటనే

రాజకుమారుడి చేయి ఒక్కసారిగా వదిలి బయటికి వచ్చేసింది. పరుగున వస్తుండగా తను వేసుకున్న కాలిచెప్పు జారింది. వెనకే తనకోసం రాజకుమారుడు రావడం గమనించి అందకుండా రథమెక్కి ఇంటికి వచ్చేసింది. కాలిచెప్పు చెప్పు మాత్రం అక్కడే ఉండి పోయింది. రాజకుమారుడు చెప్పు పడిపోవడం గమనించాడు. సిండ్రిల్లా చెప్పును తీసుకోకుండా గాబరాగా హడావిడిగా వెళ్లిపోవడం ఆశ్చర్య పరిచింది. అయినా ఆ అమ్మాయి ఎక్కడ ఉందో కనుక్కోవాలని, రాజభటులని పిలిచి, కిందపడి వున్న చెప్పని భద్రపరచవలసిందిగా తెలిపాడు. రాజుగారి వద్దకు వెళ్లి తనకు నచ్చిన అమ్మాయి ఏ వివరాలు తెలుపలేదు. హఠాత్తుగా మధ్యలోనే హడావిడిగా పరుగున వెళ్ళిపోయింది. నాకు నచ్చిన అమ్మాయి ఆమెనే. రూపసంపద,

గుణసంపదలతో పాటు నా మనసుకి ఈ అమ్మాయే తగినది అనిపిస్తున్నది. ఆమె ఎక్కడ నుంచీ వచ్చినది వివరంగా తెలుసుకోవలసినదిగా కోరాడు.

రాజుగారు మళ్ళీ భటులను పిలిపించాడు. సిండ్రిల్లా వదిలి వెళ్లిన చెప్పును తీసుకెళ్లి అది ఎవరి పాదరక్ష అని తెలుసుకుని ఆ అమ్మాయిని ఇక్కడికి తీసుకు రావలసినదని చెప్పాడు.

రాజభటులు పాదరక్షను తీసుకు వెళ్లి ప్రతీ ఇంటిలో వున్న స్వయం వరానికి వచ్చిన అమ్మాయిలను పిలిపించి, తమ దగ్గర ఉన్న పాదరక్షకు సరిపడిన జత చూపమని, లేదా సరిపోతుందా లేదా అని పరీక్షించారు. ఎంత వెతికినా పాదరక్ష వదిలి వెళ్లిన అమ్మాయి ఆచూకీ తెలియలేదు.

వెతుకుతూ వెదుకుతూ, సిండ్రిల్లా సవతి చెల్లెళ్లను కూడా అడిగారు. వారి పాదాలకు సరిపోతుందా అని పాదరక్షని తొడగడానికి ప్రయతించారు. సరిపోలేదు. ఇంకెవరైనా ఉన్నారా అంటే లేరు అని చెప్పారు. రాజభటులకు కిటికీ దగ్గర నిలబడి పక్షులతో ప్రేమగా మాట్లాడుతూ ఆహారం వేస్తున్నా అందమైన సిండ్రిల్లా కనిపించింది. ఎంతో ఆకర్షణీయంగా మెరిసిపోతున్న సిండ్రిల్లాను చూసిన భటులకు అధికారులకు ఈ అమ్మాయే కావచ్చునని, ఈ పాదరక్ష ఈ అమ్మాయికి తప్పక సరిపోవచ్చునన్న భావన కలిగింది. వెనుదిరిగి సవతి తల్లితో మీ ఇంట్లో ఉన్న ఇంకో అమ్మాయిని కూడా పిలవండి. ఒకసారి ప్రయత్నిద్దాము. అని అనగానే రాజాధికారుల మాటకు

ఎదురు చెప్పలేక సింద్రిల్లాను పిలిచింది.

సింద్రిల్లా దేవ కన్యలా మెడ మెట్లపై నుండి దిగి వస్తుంటే దివినుండి భువికి దిగి వచ్చిన దేవతలా కనిపించింది. ముఖ వర్చస్సు లో మెరుపు, ప్రశాంతత, నడిచి వచ్చే తీరులోనే ఏదో ఒక ప్రత్యేకమైన ఆకర్షణ, తేజస్సు కనిపించాయి. రాజభటులు తమ దగ్గర ఉన్న పాదరక్షను సులభంగా సింద్రిల్లా పాదాలకు తొడిగారు. దాని జతను చూపవలసినదిగా కోరారు. తన దగ్గర ఉన్న రెండో ఖాళీ జతను చూపింది సింద్రిల్లా.

సవతి తల్లి, చెళ్ళెళ్ళు ఆశ్చర్యంతో, అసూయతో రగిలి పోయారు. కానీ భగవంతుడి కృపతో మంత్ర మహిమతో కలిగిన కటాక్షానికి ఎవరూ ఎదురు చెప్పలేదు.

రాజకుమారి లాగా దర్జాగా సుగుణాల రాసి సింద్రిల్లా రథమెక్కి రాజప్రాసాదానికి వెళ్ళింది. రాజభోగాలతో, అంగరంగ వైభవంగా సింద్రిల్లా రాజకుమారునికి వివాహం జరిగింది.

మంచి మనసుకు, అమాయకత్వానికి భావంతుడి కృప, రక్షణ, తప్పక ఉంటాయి.

==========

06) <u>ధైర్య లక్ష్మి</u>

పూర్వం అవంతీ నగరాన్ని ఇంద్రసేనుడనే మహారాజు ప్రజానురంజకంగా పరిపాలిస్తుండేవాడు. అతని రాజ్యంలో ధర్మం నాలుగు పాదాలు గా ఉండేది. అతని మంచితనం, ప్రజలపట్ల, ప్రకృతిపట్ల, సమస్త జంతుజాలం పట్ల ఎంతో జాలి దయ కలిగి ఉండేవాడు. అతని రాజ్యంలో ప్రజలని కన్నబిడ్డల వలె ఎంతో ప్రేమగా చూస్తూండేవాడు. అతని రాజ్యం అంతా కూడా సిరిసంపదలతో ధనధాన్యాలతో, సమస్త కళలకీ నిలయంగా వెలుగొందుతూ ఉండేది. అందుకే అతని రాజ్యంలో చోరభయం లేదు. శత్రుభయం అంతకన్నా లేదు. ఇరుగు పొరుగున ఉన్న చిన్న

రాజ్యాల వారికి చాలా ఉదారంగా సహాయం చేస్తుండేవాడు. అష్టలక్ష్మిలతో రాజ్యం కళ కళలాడుతూ ఉండేది.

మరి కాలం ఎప్పుడూ ఒకేలా ఉండదు కదా. ఒక సంవత్సరం

సకాలంలో వర్షాలు పడక పోయేసరికి రైతులు పంటలను పండించలేకపోయారు. కరువు పరిస్థితులు రాజ్యం అంతా నెలకొన్నాయి. రైతులు ఎంతోకొంత ధాన్యాన్ని దాచుకుంటారు కాబట్టి రాజుగారి సహాయం నిల్వాలతో ఆఎడాది సాగిపోయింది. ఇలా వరుసగా నాలుగు సంవత్సరాలు వర్షం పడకపోవడంతో రాజ్యం అంతా భయంకరమైన కరువు కాటకాలతో విలవిల లాడిపోయింది. ప్రజల హాహాకారాలు, ఆర్తనాదాలతో దద్ధరిల్లిపోయింది. అప్పటికే ఇంద్రసేనుడు తన ధాన్యాగారాన్ని పూర్తిగా ప్రజలకోసం ఖాళీచేసి ఇచ్చేసాడు. తన దగ్గర ఉన్న సమస్త సంపదలు వెండి, బంగారాలు, ఖరీదైన రత్న మాణిక్యాల ఆభరణాలు అమ్మివేసి, దూరదేశాలనుండీ ఆహార సామాగ్రిని తెప్పించి, ప్రజలకు

పంచి పెట్టాడు. తానుకూడా ప్రజలతో పాటు పస్తులుండసాగాడు. పరిస్థితులు చూసి మహారాజా వారి హృదయం ద్రవించిపోయింది. కానీ మంచిరోజులు వస్తాయనే ఒక ధైర్యంతో నెట్టుకొస్తున్నాడు. ప్రజలకు ధైర్యం చెప్తున్నాడు. తాను చేయవలసినదంతా త్రికరణశుద్ధిగా చేసాడు.

ఒకరోజు అలసిపోయి ఉన్న మహారాజు ఇంద్రసేనుడు మగత నిద్రలోకి జారుకున్నాడు. ఆయనకీ ఒక అందమైన దేవతా రూపం తన ముందునుండి బయటికి వెళ్ళిపోతూ కనిపించింది. ఇంద్రసేనుడు వినయంగా నమస్కరించి తల్లీ ఎవరు నీవు. ఎందుకు నా రాజ్యంలోనించి వెళ్ళిపోతున్నావు, అని ప్రశ్నించాడు.

మహారాజా, నీ రాజ్యంలో ఉన్న ధాన్యలక్ష్మి నేను. నీ రాజ్యంలో కరువు తాండవిస్తోంది. ఎటుచూసినా ఆకలితో ప్రజల ఆర్తనాదాలు. ఈ రాజ్యంలో ఎక్కడ చూసినా ప్రజల ఆర్తనాదాలే కనిపిస్తున్నాయి. ఇది వినలేక నేను వెళ్ళిపోతున్నాను, అని సమాధానమిచ్చింది.

ఇది విన్న ఇంద్రసేనుడు, సరే తల్లి
అలాగే వెళ్ళు అని అన్నాడు.

తర్వాత మరికొద్ది సేపటికి యింకో దేవతా రూపం మెల్లిగా నడచుకుంటూ వెళ్ళటం గమనించాడు, ఇంద్రసేనుడు. అమ్మా, నీవెవరు తల్లీ, కళాకాంతులతో ఉన్న నీవు వెళ్లడం నాకు దిగులు కలిగిస్తోంది, అన్నాడు రాజు.

రాజా, నేను ధనలక్ష్మిని, ధాన్యం లేని చోట ధనానికి తావుండదు కదా. నేనింక ఇక్కడ ఉండజాలను. అందుకే వెళ్తున్నాను, అంది. సమాధానంగా రాజు సరే తల్లీ, అలాగే వెళ్ళు అన్నాడు.

మరి కాసేపటికి జ్ఞానంతో వెలిగిపోతున్న మరొక దేవతా స్త్రీమూర్తి కదలిపోతూ కనిపించింది. అమ్మా, నీవెవరు తల్లీ. జ్ఞానమూర్తిలా కనిపిస్తున్నావు, అని అడిగాడు మహారాజు.

రాజా, నేను విద్యాలక్ష్మిని. ఆ కరువు కాటక పరిస్థితులలో నేను మనలేక వెళ్ళిపోతున్నాను, అంది.

మహారాజు ఎప్పటిలాగే అలాగే వెళ్ళు తల్లీ అంటూ వినయంగా నమస్కరించాడు.

మగతలో, మాయలో వున్న మహారాజుకి మరో దేవత నిండుగా

కళ కళ లాడుతూ ఉన్న ముఖ వర్చస్సులో స్త్రీమూరి కదలిపోవడం గమనించాడు.

మహారాజు చూసి, అమ్మా నీవెవరవు తల్లీ, ఎందుకు వెళ్ళిపోతున్నావు అని అడిగాడు.

మాహారాజా, నేను సంతాన లక్ష్మిని. కరువుకాటకాలతో కటకటలాడుతున్న పరిస్థితులలో నేను ఉండలేను. అందుకే వెళ్ళిపోతున్నాను, అంది.

అలాగే తల్లీ వెళ్ళు, అని నిర్వికారంగా జవాబిచ్చాడు.

మరి కాసేపటికి ఇంకొక దేవతా స్వరూపం మంచి తేజస్సుతో విజయ దరహాసంతో ఉన్న

స్త్రీమూర్తి వెళ్లడం గమనించాడు, మహారాజు.

అమ్మా నీవెవరు తల్లీ. నీ దరహాసంతో ఎంతో బలానిచ్చేదాని వలె ఉన్నావు. ఎందుకు వెళ్ళిపోతున్నావు అని అడిగాడు మహారాజు ఇంద్రసేనుడు.

మహారాజా, నీ రాజ్యంలో ప్రజలు బాధలతో ధన ధాన్యాలు లేక, క్షామ పరిస్థితులతో ఉన్నారు. ఇటువంటి చోట నా ఉనికి కష్టం కాబట్టి నేను వెళ్ళిపోతున్నాను అంది.

అలాగే వేళ్ళు తల్లీ అన్నాడు రాజు. అలా ఒక్కొక్కరుగా వెళ్లిపోతున్నారు. ఇంకో దేవత, మరో దేవత అలా వెళ్లిపోతున్నారు.

ఇంకో దేవతా మూర్తి తన ముందు నుంచే నడచి వెళ్లడం గమనించాడు మహారాజు. నీవెవరమ్మా. ఎందుకు వెళ్ళిపోతున్నావు అని అడిగాడు ఇంద్రసేనుడు.

మహారాజా, నేను ధైర్యలక్ష్మిని. నీ రాజ్యంలో కరువుకాటకాలు నాట్యం చేస్తున్నాయి. ప్రజలు అసంతృప్తి, భయ బ్రాన్తులకు లోనవుతున్నారు. ఇటువంటి స్థితికి నా ఉనికి కష్టం అంది.

Veera Lakshmi - Epitome Of
Bravery, Strength And Valor

ఇంద్రసేన మహారాజు వెంటనే
లేచి నిలబడి నమస్కరించాడు.
తల్లీ ధైర్యలక్ష్మీ, నిన్ను చూసి నీ
అండతోనే నేను ధైర్యంగా
ఉన్నాను. నీవు లేకపోతె నేను లేను
తల్లీ. ఎటువంటి పరిస్థితినైనా
ఎదుర్కొనే ధైర్యాన్ని నీ వల్ల
పొందాను. నీవుకూడా నిష్క్రమిస్తే
ఎట్లా తల్లీ. నీ దయ కరుణ మాపై

ఉండాలని ప్రార్థించాడు, మహారాజు ఇంద్రసేనుడు.

మహారాజు యొక్క పవిత్రమైన మనసుకి, త్రికరణశుద్ధిగా ప్రజలపై ఇంద్రసేనుడి ప్రేమకి ధైర్యలక్ష్మి సంతసించి, చిరు నవ్వుతో మహారాజా, నేను నీవెంట ఉంటాను. ధైర్యాన్ని వీడకు. నీకు అంతా మంచే జరుగుతుంది, అంటూ తిరిగి రాజుగారిలోకి ప్రవేశించింది ధైర్యలక్ష్మి. మహారాజుకి వెయ్యి ఏనుగుల బలం వచ్చింది.

ధైర్యలక్ష్మి వెంట విద్యాలక్ష్మి, సంతానలక్ష్మి, ధనలక్ష్మి, ధాన్యలక్ష్మి, విజయలక్ష్మి వెనుదిరిగి రాజ్యంలోకి ప్రవేశించారు.

కాలంలో మార్పులు సహజం. కరువు కాటకాలతో కటకటా లాడుతున్న రాజ్యంలో వర్షపు చినుకులు కురిశాయి. నేల తల్లి మురిసింది. పంట భూములు తడిసాయి. మొలకలెత్తాయి. ప్రజలు ఉత్సాహంగా పొలాల కెళ్ళి పంటలు పండించారు. వారిలో నూతనోత్సాహం కలిగింది.

మహారాజు ఇంద్రసేనుడు ప్రజలకు అండగా ఉండి, ధైర్యాన్నిస్తూ, ఉత్సాహపరిచారు. ప్రజలు ఇంద్రసేనుణ్ణి మనసున్న మహారాజుగా పొగిడారు.

ధైర్యాన్ని కోల్పోకూడదని, ఎటువంటి పరిస్థితినైనా మనో ధైర్యంతో ఎదుర్కోవాలని, ధైర్యమే ధనము, ధాన్యము విజయమూ అని ప్రజలందరికీ తెలియజెప్పాడు.

చూసారా పిల్లలూ, పెద్దవారూ, రాజులు, మహారాజులూ, జీవితమన్నాక ఆశ, నిరాశ, అదృష్టం దురదృష్టం, జయం అపజయం అన్నీ ఉంటాయి. ధైర్యం మాత్రం వీడకూడదు, అని తెలుకోండి అందరూ.

=======

07) చాకలి - గాడిద

(మాయా జాలం)

అనగా అనగా అనగా ఒక ఊరు. ఊరి చివరిలో ఒక చిన్న చెరువు. ఆ చెరువులో చాకలి వాళ్ళు ఊరిలో వాళ్ళ బట్టలు తెచ్చి, ఉతికి, ఆరవేసే వారు. ఎండిన బట్టలను చక్కగా తీసుకుని తిరిగి వెనక్కి వాళ్ళ ఇంటికి వెళ్లేవారు. కొందరు వీపు మీద బట్టల మూటలు వేసుకొస్తే, కొందరు గాడిదల మీద మూటలు పెట్టి తెచ్చే వాళ్ళు. అలా తెచ్చిన గాడిదలను చెట్టు నీడకి కట్టేసి వారు. మళ్ళీ సాయంత్రానికి ఎండిన బట్టల మూటలను గాడిదలపై వేసి తోలుకుని ఇళ్లకు వెళ్లడం పరిపాటి అయింది.

ఒకసారి తిమ్మడు అనే చాకలి ఊళ్ళో వాళ్ళ బట్టలను చెరువు దగ్గరకి తీసుకెళ్లాడు. బట్టలుతికి ఎండినాక, తిరిగి తీసుకు వెళదామని, గాడిదను ఒక చెట్టు నీడన కట్టేసే ప్రయత్నంలో, దానిని కట్టడానికి తాడు తేలేదని గ్రహించాడు.

అయ్యో, ఇప్పుడు ఏం చేయను. తాడు కట్టకపోతే గాడిదని పట్టి ఉంచడం కష్టం. తిరుగుతూ, తిరుగుతూ ఎటు వెళ్లిపోతుందో. తాను బట్టలుతకడం లో ధ్యాస

గాడిద మీద ఉండదు కదా. కాబట్టి ఏం చేయాలా అని ఆలోచించడం మొదలు పెట్టాడు. చాకలి కి ఏం చేయాలో పాలుపోలేదు.

ఆ పక్కనే ఒక చెట్టు కింద ఒక సాధువు ఊళ్ళో బిక్షమెత్తి, వచ్చి అక్కడ కూర్చుని సేద తీరేవాడు. ఊళ్ళో వాళ్ళు అతనితో తమ కష్టసుఖాలను చెప్పుకునేవాళ్ళు. ఈ సాధువు తనకు తోచిన సలహా ఇచ్చేవాడు. కొందరు అడపా దడపా సంప్రదిస్తూ ఉండేవారు.

ఈ చాకలి వానికి కూడా ఆ సాధువు దగ్గర కెళ్ళటం అలవాటే. అప్పుడప్పుడు తన సమస్యలను అతనితో చెప్పడం, ఆ సాధువు తనకు తోచిన సలహానివ్వటం వంటివి జరుగుతుండేది.

మరి గాడిదని కట్టడానికి తాడు తేలేదు. ఈ రోజు పని బట్టలుతకడం వీలు కాదేమో. అయినా సాధువుతో చెప్తే ఏదైనా సలహా ఇస్తాడేమో అన్న ఆశతో ఆయన దగ్గరకు వెళ్ళాడు. వినయంగా ఆ సాధువుతో స్వామీ, ఈ రోజు నేను బట్టలుతకడానికి వచ్చేటప్పుడు గాడిదను ఇక్కడ కట్టి ఉంచడానికి తాడుని తేవడం మరచిపోయాను. ఇప్పుడు గాడిదని వదిలి వెళ్ళటం ఎలా? ఎటు వెళ్ళిపోతుందో అన్న ధ్యాసలో నేను సరిగా బట్టలుతకలేను. ఒక వేళ బట్టలుతికే ధ్యాసలో ఈ

గాడిదపై దృష్టి పెట్టలేను. ఏం చేయను స్వామీ. అని చెప్పుకున్నాడు.

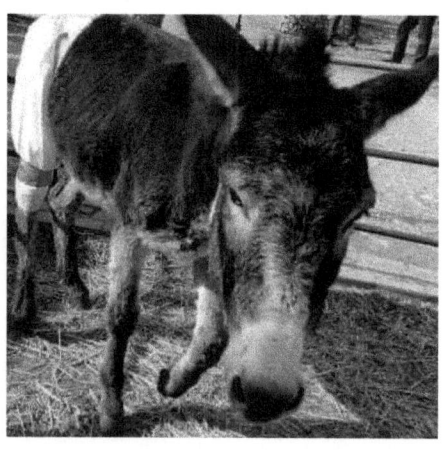

సమాధానంగా ఆ సాధువు చాకలివాని వైపు చూసి, ఓయీ, నీవు రోజూ లాగానే గాడిదని చెట్టుకి కడుతున్నట్టుగా నీ చేతిని తిప్పుతూ, దానిచుట్టూ ఎప్పటివలెనే తిరిగి వచ్చినట్లుగా నటించు. తర్వాత నీ బట్టలుతకడం పని చూసుకో అని సలహా ఇచ్చాడు.

ఆ మాటలు విని ఆ చాకలివాడు సాధువు చెప్పినట్లుగా ఒక తాడుతో బందించినట్లుగా నటిస్తూ, గాడిద చుట్టూ తిరుగుతూ కట్టినట్లుగా ప్రవర్తించాడు.

చెరువుదగ్గరకి వెళ్లి బట్టలుతకడం మొదలు పెట్టాడు. కాసేపటికి గాడిద ఏం చేస్తోందని చూడగా అది అక్కడే నిలబడి ఉండడం గమనించాడు. సరేనని మళ్ళీ తన పనిలో నిమగ్నమైయ్యాడు.

సాయంత్రానికల్లా బట్టలుతకడం, ఆరేయడం ముగించాడు. ఆరవేసిన బట్టలు తీసి మడతలు పెట్టి, ఆ మూటను గాడిదపై వేసి బయలుదేరాడా మానుకుంటే గాడిద కదలలేదు. ఎంతసేపు ప్రయతించినా అది బయలుదేరలేదు.

వెంటనే చెట్టుకింద ఉన్న సాధువు వద్దకెళ్లాడు. స్వామీ, గాడిద చెట్టు కిందనుడి ఇంటికెళ్లడానికి రమ్మంటే కదలటంలేదు. ఎందుకో అర్థం కావటం లేదు అన్నాడు.

ఆ సాధువు చాకలివానితో ఓయీ, ఉదయం నీవు తీసుకెళ్లి చెట్టు కింద చెట్టుకు కట్టేసినావు కదా. అంటే కట్టినట్లుగా నటించావు కదా. మరి గాడిద కూడా అదే భావనలో తానూ కట్టబడినట్లుగా

అనుకుంటున్నది. మరి తిరిగి దానిని బంధవిముక్తిన్ని చేసినట్లుగా నటించావా. ఎప్పటి వలె తాడుని విప్పుతున్నట్లుగా దానిని కదిలించి తీసుకెళ్తున్నట్లుగా నీవు చేసే కదలికలు చూసే అప్పుడు దానికి తెలుస్తుంది ఇంటికెళ్లాలని. ప్రయత్నించి చూడు అనగానే ఆ చాకలివాడు అదే విధంగా నటించాడు. గాడిద చలనం కలిగి బట్టలు మూటలు పెట్టిన వెంటనే అదిలిస్తే ఇంటి దారి పట్టింది. దారి వెంట చాకలి కూడా ఇంటికి బయలుదేరాడు.

చాకలి ఈ చర్యను చూసి ఆశ్చర్య పోయాడు. తన పనికి ఆటంకంలేకుండా జరిగినందుకు ఆనందించాడు.

జంతువులూ మనం ఏవైనా అలవాట్లు చేస్తే తూ.చ . తప్పకుండా అదేవిధంగా నడుచుకుంటాయి.

ఈ కధ సామాన్యంగా కనిపించినప్పటికీ దీనిలో ఎంతో ఇహపరమార్ధాలు చాలా సూక్ష్మంగా ఆలోచిస్తే మనకు తెలుస్తుంది. శ్రీ రామకృష్ణ పరమహంస మరియు స్వామి వివేకానంద ఈ కధకి విశేషప్రచారం తీసుకొచ్చారు.

క్లుప్తంగా మనం తెలుసుకోవాలనుకుంటే భగవంతుడు మానని స్వేచ్చా

జీవిగా సృష్టించాడు. నిజానికి మనకి ఎటువంటి బంధనాలు లేనే లేవు. కానీ ఈ కథలోని గాడిదకు నిజానికి ఎటువంటి బంధనాలు లేవు. ఉన్నాయని ఒక భ్రమలో, అపోహలో ఉన్నది కాబట్టి ఎటువంటి బంధనం లేకపోయినా స్వేచ్ఛగా తిరిగే అవకాశం ఉన్నా కూడా కేవలం చాకలివాడు చేసిన ఒక మాయలో పడి తనకి తానే ఒక బందనాన్ని సృష్టించుకుంది. ఇదే మానవులందరి కి కూడా ఉన్నది. ఉన్నవి లేనివి, ఏమి జరగనివి, భవిష్యత్తులో జరగ బోయేదీ భూతకాలంలో జరిగినవి అన్నీ ఊహించుకుని లేని బంధాలని మనం బంధీలుగా ఉంటున్నాము. అన్నీ ఊహాగానాలు. అన్నీ మనం సృష్టించుకున్న భ్రమలు తప్ప వాస్తవాలు కావు.

ఎవరైతే భూత, భవిష్యత్కాలాలో తేలుతుంటారో వారు ఇటువంటి బంధనాలలో బందీలవుతారు. ఒక్క ముక్కలో చెప్పాలంటే ఈ కథలోని సారాంశం మనం వర్తమానంలో అంటే వాస్తవంలో ఉండాలి. మనల్ని గురించి మనం ఆత్మ విమర్శన చేసుకోవాలి. అప్పుడే ఇటువంటి మాయ నుండి బయటబడతాం.

ఊహాగానాలు మానండి.

========

08] <u>తిమ్మరుసు యుక్తి</u>
(సమయ స్ఫూర్తి)

విజయనగర సామ్రాజ్యం గురించీ, శ్రీకృష్ణదేవరాయల గురించీ మనందరికీ తెలుసు. తుష్కరులు దండయాత్రకు మన భారతదేశం అంతా అతలాకుతలం అయిపోయింది. మన సనాతన వైదిక ధర్మాన్ని, మన పవిత్రమైన

దేవాలయాలు, గురుకులాలకు మన సంస్కృతిని ధ్వంసం చేశారు. బలవంతంగా మత మార్పిడులు చేయటం కూడా జరిగింది. మన భారతదేశం అనేక శాస్త్రాల్లో మొత్తం ప్రపంచానికి తలమానికంగా ఉండేది. ప్రపంచం నలుమూలల నుండీ, లక్షల మంది విదేశీ విద్యార్థులు ఈ విజ్ఞ్యాన్ని అభ్యసించడం కోసం ముఖ్యంగా నలంద, తక్షశిల గురుకులాలను వచ్చి, విద్యనభ్యసించి, తిరిగి వారి వారి దేశాలకు వెళ్తుండేవారు.

ఈ మధ్య కాలంలో థాయిలాండ్ మహారాణి తన పిల్లలను విద్య కోసం భారత దేశానికి పంపి, సంస్కృతంలో పట్ట భద్రుల్ని చేసింది. ప్రపంచ సంస్కృత మహాసభలను నిర్వహించి, ఆ సంస్కృత పండితులను ఎంతో గౌరవించింది. నలంద, తక్షశిల విశ్వవిద్యాలయాల్లో అనేక విజ్ఞ్యాన బాండాగారాలు ఉండేవి. అరవైనాలుగు కళలలో సంబందించిన విజ్ఞ్యానం అక్కడి విద్యార్థులకు బోధింపబడుతూండేది.

చాలామంది భారతీయులకు తెలియని ఒక ఆశ్చర్యకరమైన విషయమేమిటంటే మొత్తం మన సనాతన భారతదేశంలో పదిహేను వేలకి పైగా అతి పెద్ద గురుకులాలు ఉండేవి. అంటే ఒక్కొక్క గురుకులాల్లో సుమారు ఇరవై వేలకు పైగా విద్యార్థులు ఉండేవారు. ఇవికాక కొన్ని వేల కొద్దీ ఉప గురుకులాలు మొత్తం భారత దేశంలోని నగరాలు, పట్టణాలు,గ్రామాలలో కూడా ఉండేవి. ఒక నమ్మలేని నిజం ఏమిటంటే ఈ మహా గురుకులాలలో వైద్య విధానంలోని సస్త్ర చికిత్సా విభాగంలో ముఖ్యంగా దక్షణ ప్రాంతంలో దాదాపు డెబ్బై శాతం పైగా వైద్యాచార్యులు అందరూ నాయి బ్రాహ్మణులు ఉండేవారు [మంగలి వారు]. వీరంతా కూడా శస్త్రచికిత్స అద్భుత నైపుణ్యాన్ని కలిగి ఉండేవారు. లక్షలకొద్దీ విదేశీ విద్యార్థులు, బ్రాహ్మణులు, క్షత్రియ వైస్యులకు అందరికీ వీరే నాయి బ్రాహ్మణులే ఆచార్యులుగా ఉండేవారు.

ఈ విదేశీ దురాక్రమణదారులు అహింసా మార్గంలో శాంతియుతంగా ఉండే భారతదేశం మీద దురాక్రమణ చేసి, తక్షశిల, నలంద విశ్వ విద్యాలయాలని ధ్వంసం చేసి తగులబెట్టినపుడు కొన్ని లక్షల కొద్దీ గ్రంధాలు ఆరునెలల వరకూ తగలబడుతూనే ఉన్నాయని తెలిసింది. ఇటువంటి సమయంలో దక్షిణ భారత దేశాన కాకతీయులు ముందుగా గొల్లకొండని రాజధానిగా చేసుకుని భాగ్యనగరాన్ని పరిపాలించారు.

గణపతి దేవచక్రవర్తి ఎంతో సాహసోపేతంగా మహమ్మదీయులు నిలువరించి ఒక మహా సామ్రాజ్యాన్ని హనుమకొండ రాజధానిగా స్థాపించి విస్తరించాడు. అంత కలహాలవల్ల ఆయన స్థాపించిన సామ్రాజ్యం మనుమడు ప్రతాపరుద్రుని కాలంలో చిన్నా భిన్నమైపోయింది. మహమ్మదీయుల దురాగతాలకు అడ్డు లేకుండా పొయ్యింది. అటువంటి సమయంలో శ్రీ విద్యారణ్య స్వాములవారు కోన ఊపిరితో ఉన్న మన సనాతన

ధర్మాన్ని నిలబెట్టడానికి తన తపఃశక్తిని ధారపోసి, విజయనగర సామ్రాజ్యానికి, హరిహరరాయలు , బుక్కరాయలు అనే సోదరుల ద్వారా పునాదులు వేయించారు. దానినే యిప్పుడు హంపి అంటాము. అది ఒక పెద్ద సామ్రాజ్యంగా విస్తరించింది.

అటువంటి మహాసామ్రాజ్యానికులం మార్గ దర్శకత్వం చేయటం కోసం ఒక మహా మేధావి యుక్తి పరుడైన మహా మంత్రి కోసం, గాలింపు మొదలైంది. రాజ్యం అంతా చాటింపు వేశారు. కొన్ని

పరీక్షలు పెట్టారు. వేలాది మంది పరీక్షలో పాల్గొన్నారు. అపజయం పాలయ్యారు.

యిలా ప్రకటనలు వేస్తున్నప్పుడు, ఆ పరీక్షకి ఒక యువకుడు వచ్చాడు. మంచి ముఖ్యవర్చస్సు, కళ్ళలో చురుకుదనం, ఆకర్షణీయమైన రూపం, బలమైన శరీర దారుఢ్యం కలిగివున్నాడు.

మొదటి పోటీ:

ఒక పెద్ద పల్లకీ మీద సుద్ధముక్కతో ఒక సరళ రేఖను గీశారు. ఈ సరళరేఖను, ముట్టుకోకుండా చిన్నదిగా చేయాలి. పరీక్షకు వచ్చిన వారంతా ముఖాలు చూసుకున్నారు. ఏమిటీ పిచ్చి పరీక్ష అనుకున్నారు. ప్రజలంతా ఆశ్చర్యంగా చూస్తున్నారు. అందులోని యువకుడు ఎంతో నిబ్బరంగా ఆ పాలక దగ్గరకు వచ్చి, అక్కడ ఉన్న పెద్దలకు వినయంగా నమస్కరించి, ఎంతో ఠీవిగా నిలబడ్డాడు. అందరూ ఎంతో కుతూహలంగా చూస్తున్నారు. అతడు ప్రక్కనే ఉన్న సుద్ధముక్క

చేతిలోకి తీసుకుని, ఆ సరళరేఖను తాకకుండా, దాని ప్రక్కనే ఇంకొక పెద్ద గీతను గీశాడు. అప్పుడు ముందుగా పలకపై గీసిన జీతగా చిన్నదైపోయింది. ప్రజలందరూ సంతోషంగా చప్పట్లు చరిచారు. ఆ యువకుడు అందరికీ వినయంగా నమస్కరించాడు.

<u>రెండవ పోటీ:</u>

మొదటిపోటీలో చాలామంది ఓడిపోయాక, కేవలం ఒక పదిమంది మిగిలారు. ఒక పెద్ద విశాలమైన ప్రదేశంలో వేలకొద్దీ ప్రజల ముందు పోటీ ఏర్పాటు చేశారు. ఆ బహిరంగ ప్రదేశం మధ్య భాగంలో ఒక చక్కటి అందమైన, పొడవైన ఎర్రని తివాచీ పరిచారు. అందరూ ఆశ్చర్యంగా చూస్తున్నారు, ఏం జరగబోతుందా అని. అంతలో ఒక రాజా ప్రముఖుడు, పండితుడు తన చేతిలో ఒక గ్రంధాన్ని చాలా జాగ్రత్తగా తీసుకు వచ్చి తివాచీకి ఒక చివర ఏర్పాటు చేసిన బల్లపై దానిని ఉంచాడు.

అక్కడ ఉన్న ఒకతను బిగ్గరగా ఆ పోటీ గురించి చెప్పసాగాడు. ఆ పోటీకి వచ్చిన పదిమందినీ ఉద్దేశించి ఆ పండితుడు మీరు ఈ తివాచీని తొక్కకుండా, నడవకుండా, ప్రక్కనించికూడా రాకుండా, తిన్నగా వెళ్లి ఆ గ్రంధాన్ని గ్రహించాలి. అక్కడున్నవారందరూ యిది ఎలా కుదురుతుంది అని చర్చించుకోసాగారు. ఆ పదిమందీ పోటీ దారులు కూడా ఇదేం వింత పరీక్ష అని ఆలోచించ సాగారు. అక్కడ ఒక గంట కూడా వేలాడ దీశారు. ఆ గంట కొట్టే వ్యవధిలోపల ఎవరు సిద్ధమో వారు అంగీకారాన్ని తెలపాలి. సరిగ్గా కాసేపటికి ఆ గంట కొట్టారు. అప్పుడు ఆ పదిమందిలో తొమ్మిది మంది మౌనంగా ఉండగా తిమ్మరుసు లేచి తానూ సిద్ధమని ప్రకటించాడు.

తిమ్మరుసు ఎంతో గంభీరంగా ఆ తివాచీ వైపు నడిచి రెండు చేతులతో ఆ తివాచీని చుట్టి చుట్టుకుంటూ వెళ్లి, ఆ బల్లమీద ఉన్న గ్రంధాన్ని కళ్ళకద్దుకుని నమస్కారం చేశాడు.

జనం అంతా ఆనందంగా చప్పాట్లు చరిచారు.

<u>మూడవ పోటీ:</u>

మరునాడు రాజుగారి సభలో ప్రసిద్ధమైన పండితులందరూ వచ్చి, తిమ్మరుసు కి శాస్త్ర పరమైన పరీక్షలు పెట్టారు. అందులో రాజనీతి, ఖగోళ,

జ్యోతిష్య, మీమాంస, వ్యాకరణము తర్కము చంధస్సు వంటి వాటిలో తిమ్మరుసు తన అద్భుతమైన తెలివితేటలు, జ్ఞ్యానమును ప్రదర్శించాడు. అందరూ ఏకగ్రీవంగా తిమ్మరుసుని విజేతగా ప్రకటించాలని రాజుగారికి అభ్యర్ధన చేశారు. కానీ ఓడిపోయిన తొమ్మిది మందిలో ఒక అభ్యరధికి, రాజా వారు దగ్గరి బంధువు. పైగా సలహాదారుగా పనిచేస్తున్నాడు. అతనికి తిమ్మరుసు గెలవటం ఇష్టం లేదు. అతని పేరు మల్లన్న. ఈ విషయం రాజా వారు గ్రహించారు. రాజా వారు తన నిర్ణయాన్ని మరుసటి రోజుకి వాయిదా వేశారు. మర్నాడు రాజావారు తన సలహాదారు లందరినీ మరియు, తిమ్మరుసు, మల్లన్న గారి బంధువైన దీక్షితులు గారినీ ఆహ్వానించారు. మరునాడు అందరూ రాజా వారి భవనానికి విచ్చేసారు.

రాజావారు అందరినీ భవనం పైభాగానికి తీసుకెళ్లారు. ఎవరికీ ఏమీ అర్ధం కాలదు. రాజావారు అటూ యిటూ పచార్లు చేస్తూ దీక్షితులు గారినీ ఉద్దేశించి, ఏమండీ, ఆ కింద

రహదారిపై వెళ్తున్నా ఎడ్లబండిని చూసారు కదా. వారెవరో ఏమిటీ వివరాలు తెలుసుకుని రాగలరా, అని అన్నారు.

దీక్షితులు గారు వెళ్లి, ఆయాసంతో రొప్పుతూ రాజావారి దగ్గరికి తిరిగి వచ్చారు మహారాజా. ఆ ఎడ్లబండిలో ఉన్న యజమాని రామన్న పంతులు.

.

మళ్ళీ పరుగులు పెట్టి దీక్షితులు గారు వెళ్లి, తిరిగి రొప్పుతూ రాజావారి వద్దకు వచ్చి మహారాజా, రామన్న పంతులు గారు రామనాథపురం వెళ్తున్నారట, అని సమాధానమిచ్చాడు.

ఈ విధంగా రాజా వారు ప్రశ్నలడగటం దీక్షితులు గారు పరుగులు పెట్టి వెళ్లి ఆయాస పడుతూ సమాధానం అందించడం జరుగుతోంది. మల్లన్న గారి పరిస్థితి అర్థం కాలేదు.

తర్వాత మహారాజు వారు తిమ్మరుసుని ప్రవేశ పెట్టమని కోరారు. అంటే తిమ్మరుసుకి యిక్కడ ఏ జరుగుతోందో ఏమీ తెలియదు.

తిమ్మరుసు రాజావారి ఎదుట నిలబడి అందరికీ గౌరవంగా నమస్కారం చేసాడు. మహారాజు వారు గంభీరంగా తిమ్మరుసుని ఉద్దేశించి, తిమ్మరుసుగారు, క్రింద ఒక ఎడ్లబండి కనిపిస్తోంది. దాని యజమాని ఎవరో కనుక్కోండి అన్నారు.

తిమ్మరుసు సరేనని సావధానంగా కింద ఉన్న ఎడ్లబండి దగ్గరికి వెళ్లి తిరిగి వెనకకి రాజావారి వద్దకు ప్రశాంతంగా వచ్చి, వినయంగా మహారాజా, ఆ ఎడ్లబండి యజమాని రామనాధం శాస్త్రిగారు వారు మన

పక్క గ్రామమైన ధర్మపురంలోని ప్రఖ్యాత పండితుడైన పరమేశ్వర శాస్త్రి గారి కుమారుడు. రామనాధపురంలోని గోవిందా దీక్షుతులు గారి వియ్యంకుడు. గోవిందా దీక్షితులు గారు రామనాధపురం ప్రఖ్యాత ఆయుర్వేద వైద్యులు. వీరిద్దరికీ విజయనగర రాజ్యంతో సంబంధాలున్నాయి. తన భార్యను తీసుకు రావటానికి రామనాధం శాస్త్రి గారు, రామనాధపురానికి వారి తల్లిగారితో పాటు వెళ్తున్నారు. రెండు వారాల తర్వాత వారు తిరుగు ప్రయాణమవుతారు. రామనాధ శాస్త్రిగారు ప్రముఖ జ్యోతిష్య పండితులు అని వివరంగా చెప్పాడు.

మహారాజావారు నవ్వుతూ మల్లన్నగారి వైపు తిరిగి మందహాసం చేశారు. వెంటనే మల్లన్న గారు తిమ్మరుసుని ఉద్దేశించి, ఆహా, తిమ్మరుసుగారు, రాజావారు వేసిన ఒక్క ప్రశ్నకి ఇంత వివరమైన సామాచారాన్ని, రెండో ప్రశ్నకు తావు లేకుండా ఇచ్చారు, అని మెచ్చుకున్నారు.

ఈ విధంగా తిమ్మరుసు అనే ఆ యువకుడు విజయనగర సామ్రాజ్యానికి మహా మంత్రిగా, పేరు ప్రఖ్యాతులు తెచ్చుకున్నాడు. తన యుక్తి సమస్ఫూర్తితో శ్రీ కృష్ణ దేవారాయాలను అనేక ప్రమాదాలనించీ రక్షించి, విజయనగర్ మహా సామ్రాజ్యాన్ని విస్తరణకు కృషి చేసాడు.

చూసారా పిల్లలూ, యుక్తి, సమయస్ఫూర్తి, తెలివి తేటలు ఉంటె మనం సాధించలేనిది అంటూ ఏమీ లేదు. అన్నింటా విజయమే.

****

09) బొమ్మల [కొలువు] మనసు

అనగా అనగా అనగా ఒక వ్యాపారి. అతనికొక పెద్ద బొమ్మల దుకాణం ఉంది. అందులో రకరకాల బొమ్మలు, రంగు రంగుల బొమ్మలు, వింతైన బొమ్మలు ఉన్నాయి. కొయ్య బొమ్మలు, చెక్క బొమ్మలు, అందంగా చెక్కిన శిల్పాలు యిలా ఎన్నో విధాల బొమ్మలు ఉన్నాయి. ఆ దుకాణంలో తిరగడానికి, చూడటానికి పిల్లలు ఎంతో ఇష్టపడతారు. అక్కడే కాసేపు బొమ్మలతో ఆడుకుంటూ, అది కావాలి, యిది కావాలి అంటూ పిల్లలు మారాము చేస్తారు. అన్ని రకాల బొమ్మలు మరి.

బంతులు రకరకాలు. బండ్లు ఎన్నో రకాలు, గాజు బొమ్మలు, ప్లాస్టిక్ బొమ్మలు, అబ్బో, అక్కడ బొమ్మలు చూస్తూనే రోజంతా గడిపేయొచ్చు.

అక్కడికి వచ్చే పిల్లలు ఆ బొమ్మలను పట్టుకుని చూడటం, అటూ తిప్పి, ఇటు తిప్పి తిరగేసి పట్టుకోవడం, ఎగరేయడం వంటివి చేస్తూ చక్కగా ఆడుకుంటారు.

కింద దొర్లిస్తారు. కాలితో తంతారు. మరి పిల్లలు కదా ఆడుకుంటారు.

రాత్రిదాకా తెరిచి ఉంచిన ఆ దుకాణంలో ఎప్పుడూ రద్దీనే. మరి బొమ్మల దుకాణం చిన్నవాళ్లు దగ్గర నించీ పెద్ద వాళ్లదాకా అందరికీ అందమైన బొమ్మలంటే ఇష్టమే కదా.

రాత్రయేసరికి దుకాణం మూసివేస్తారు. మూసి వేసేముందు అన్ని బొమ్మలను యధాస్థానంలో పెట్టి పనివాళ్లు ఎవరిళ్ళకు వారు వెళ్ళిపోతారు. మళ్ళీ మరునాడు తెరిచేదాకా సందడి ఉండదు.

దుకాణం మూసివేశారు. అంతా ప్రశాంతంగా ఉందనుకుంటారు. కానీ లోపల అలజడి మొదలైంది. ఒక బంతి దొర్లుకుంటూ తన స్తానం నించి బయటికి వచ్చింది. మిగిలిన బొమ్మలతో అబ్బా, ప్రతీ

ఒక్కరూ నన్ను పట్టుకుని అటు తోసి, ఇటు తోసి నన్ను చాలా కష్ట పెట్టారు, అని చెప్పింది.

అది విన్న సూపర్ మాన్ బొమ్మ బయటికి వచ్చి అయ్యో, నన్ను కూడా ఒక కాలు పీకి, ఒక చెయ్యి పట్టుకుని అటు ఇటూ తిప్పి ఎలా ఆడుకున్నారో, అంది.
ఈలోగా ఒక జీపు బొమ్మ బయటికి వచ్చి నా టైర్లు అరిగిపోయేలా అటునించీ ఇటు, ఇటునించి అటు తిప్పుతూ చాలా శ్రమ పెట్టారు, అంది.

అయ్యో ఈ కాలం పిల్లలకి సున్నితత్వం తగ్గింది. ఇంతకుముందు బయటికి వెళ్లి చెట్టుకొమ్మలెక్కడం, పరుగులు పెట్టడం వంటి ఆటలతో అలసి పోయేవారు. ఇప్పుడు ఇంటి పట్టున ఉండి మన పని పడుతున్నారు, అని ఒక కారు మొరపెట్టుకుంది.

ఈలోగా బార్బీ బొమ్మ వయ్యారంగా నడుచుకుంటూ వచ్చింది. అయ్యో, నా బాధ నేను ఏం చెప్పను? నా జుట్టు పీకుతారు. నా కాలు, చెయ్యి ఒక చోట ఉండనీయరు. పైగా మొహానికి రంగు పూసి, ముక్కు, నోరూ పాడు చేస్తారు. నా కళ్ళు పీకేస్తారు. అమ్మో చిచ్చర పిడుగులు ఈ పిల్లలు అంది.

ఈలోగా ఒక కొండపల్లి బొమ్మ కులుకుతూ వచ్చింది. నా చెయ్యి, నేను వేసుకున్న లంగా అన్నీ అటు ఇటూ ఊగించి, వంకరగా చేశారు. ఎందుకిలా చేస్తారో పిల్లలు అందంగా ఉన్న బొమ్మలని మోటుగా, కఠినంగా చూడటం ఒక అలవాటై పోయింది. సున్నితత్వం పోయింది.

ఒకటి పగిలిపోయిన, పాడై పోయినా ఇంకొకటి కొనిస్తారని చులకన భావం. ఏది కొన్నా జాగ్రత్తగా సమకూర్చుకోవడంలేదు ఈ కాలం పిల్లలకి అంది.

శేటు, శేఠాని, ఇద్దరూ మెల్లిగా కదిలి వచ్చారు. అయ్యో, మా సంగతి ఏం చెప్పమంటావు. ప్రతీ ఒక్కరూ మా బుర్రని అల్లా తోసి వెళ్ళటం. అలా ఊగుతూ నే ఉండడం వల్ల ఒకటే బాధ. ఈ పిల్లలకి అర్థం కాదు. ఎలా ఈ పిల్లలకి సున్నితంగా, జాగ్రత్తగా, బొమ్మలని చూసుకోవాలని తెలపడం? చిన్నప్పటినుంచే కొన్న బొమ్మలు కానీ, వస్తువులు కానీ జాగ్రత్తగా ఉంచుకోవాలి. ఎక్కడ పడితే అక్కడ పడేయకూడదు. అందంగా ఒకచోట అమర్చి పెట్టుకోవాలని తెలపాలి. తల్లితండ్రుల్ని కూడా బొమ్మల విషయంలో లెక్క చేయరుమరి.

అని ఒకరితో ఒకరు మొరపెట్టుకుంటూ చర్చించుకుంటూ పిల్లల మనస్తత్వాల గురించి వారి ప్రవర్తన గురించి ముచ్చటించుకున్నారు. అవన్నీ వింటున్న మంత్రం దండంతో ఉన్న ఒక దేవకన్య ఒక మెరుపులా ముందుకి వచ్చింది. అందరినీ చూస్తూ ఇలా చెప్పటం మొదలు పెట్టింది.

ఈ కాలం పిల్లలకు రకరకాల రంగు రంగుల బొమ్మలు అంటే ఎంతో యిష్టం. చాలా చాలా రకాలు ఎదురుగా కనిపించే సరికి అన్నీ కావాలను కుంటారు. అయినా వారికి ఒక అందమైన, అర్ధమయ్యే రీతిలో సున్నితంగా మనసుతో చెపితే అర్ధం చేసుకుంటారు, అని మాయమైపోయింది.

ఒక ఇంట్లో అల్లరి చేసి అలసిపోయి పడుకున్నా రాజు, బొమ్మలతో ఆడుకుని ఎక్కడివక్కడే పడేసి, అలసి సొలసి పడుతున్న హిమ, మోటారు కారు ని పీకి విడదీసి, స్క్రూలన్నీ తీసి మళ్ళీ ఎలా బాగుచేయాలో తెలియక అక్కడే పడేసి పడుకున్న రవి, ఇలా ఇంకో నలుగురిని తన మంత్రం దండతో వారు తనని తలచుకునేలా చేసింది, దివ్యవాణి అయిన దేవ కన్య.

అందంగా గాలిలో తేలుతూ గులాబీ రంగు బట్టలతో తన అందమైన రెక్కలను విప్పార్చి, నాట్యం చేస్తూ, అలా ఆకాశంలో ఎగురుతూ కనిపించింది కలలో రవి, రాజు, హిమ, కావ్య లాంటి మరో నలుగురికి కూడా.

అందరూ ఆ ఏంజెల్ వెంట వెళుతూంటే ఆ దేవకన్య కూడా ఆడుతూ పాడుతూ, ఆడిస్తూ, పాడిస్తూ, ఆకాశంలో తిప్పుతూ, చెరువు గట్టుపై తిరుగుతూ, పక్షులతో మాట్లాడుతూ అలా ఊహాలోకంలో విహరిస్తున్నారు. ఆనందంగా, ఉత్సాహంగా నవ్వుతూ, తుళ్ళుతూ దేవకన్య చుట్టూ తిరుగున్నారు పిల్లలు. కాకాసేపటికి ఒక చెరువు కట్టుమీద ఎత్తైన ప్రదేశంలో చెట్టు నీడన ఆ దేవకన్య కూర్చుంది. చుట్టూ పిల్లలు. బావుందా? హాయిగా తిరిగారు కదా. ఆనందంగా ఉందా. అంటూ తన మంత్రదండతో ఒక బొమ్మ తెప్పించి పిల్లల ముందు ఉంచింది. ఆ బొమ్మ బావుందా అని అడిగింది దేవకన్య. భలే ఉంది అంటూ దాని వైపు పరుగులు తీసి ఒకరి చేతినుండి ఇంకొకళ్ళు లాక్కోవడం మొదలు పెట్టారు.

వెంటనే దేవకన్య, పిల్లలూ, ఏ బొమ్మైనా మీరు సున్నితంగా, జాగ్రత్తగా, ఇష్టంగా, ప్రేమగా చూసుకోవాలి. బొమ్మలు కూడా తయారు చేసే వాళ్ళు ఎంతో మనసు పెట్టి, ఇష్టంగా, అపురూపంగా, రకరకాలుగా, పిల్లలకి ఏది నచ్చుతుందో, అటువంటివి తయారుచేస్తారు. మరి మీరేమో కొని, దానిని అజాగ్రత్తగా, కఠినంగా అన్నీ విరిచేస్తారు. మరి బాధ కలగదూ. మీరు ఇప్పటినించీ జీవం లేక పోయినా మనసు పెట్టి మీ కోసం తయారు చేసే బొమ్మలను మీరుకూడా పదిలంగా చూసుకోవాలి. అందంగా అమర్చు కోవాలి. ఒక పద్ధతిలో జాగ్రత్త చేసుకోవాలి. తోటి వారితో ముసిముసినవ్వులు పంచుకోవాలి. అప్పుడే మీరు కూడా మంచి మనసు కలిగి, మంచి భావాలతో, మంచి ఆలోచనతో

ఉంటారు. మీకు కూడా కొత్త కొత్త ఆలోచనలు కలిగి ఇంకొన్ని కొత్తరకాలను ఆవిష్కరించగలరు.

దేవకన్య తన మంత్రదండాన్ని కదిలిస్తూ చెప్పే మాటలు ఎంతో నచ్చాయి. వారి సందేహాలను పిల్లలు అడుగుతుంటే నవ్వుతూ ప్రేమగా సమాధానం ఇచ్చింది దేవకన్య.

మరి మీకు నేను చెప్పిన మాటలు నచ్చాయా, అని అడిగిన దేవకన్యకి, నవ్వుతూ బదులిచ్చారు. మరి నేను చెప్పినట్లు బొమ్మలని జాగ్రత్తగా, సున్నితంగా, అందంగా చూసుకుంటారా మరి అంటే తప్పకుండా అని అన్నారు పిల్లలు.

మరి నేను వెళ్లి మళ్ళీ వచ్చి నేను కలుస్తాను. మీరెలా బొమ్మలతో ఆడుకుంటున్నారో చూస్తాను, అంటూ నవ్వుతూ చేయి ఊపుతూ తన మంత్రం దండాన్ని కదిలిస్తూ వయ్యారంగా వెళ్లిపోతుంటే, పిల్లలు కూడా అలాగే చేతులు

ఊపుతూ మూసి మూసి నవ్వులు నవ్వుతూ ఏదో కలవరిస్తూ, ఉల్లాసంగా ఉంటె పిల్లల తల్లితండ్రులు లెండి. పొద్దున్నే లే నవ్వుతున్నారేంటి? కలొచ్చిందా. అంటూ లేపారు.

పిల్లలందరూ సంతోషంగా ఉల్లాసంగా నిద్రలేచి అమ్మా, నేను బొమ్మలు పాడు చేయను, అని ఒకరంటే, ఇంకొకరు నాన్నా నేను బొమ్మలన్నీ అందగా అమర్చుకుని జాగ్రత్తగా ఆడుకుంటాను. అని అన్నాడు.

మరొకరు అమ్మా, నేను బొమ్మల కాళ్లూ, చేతులూ విరవకుండా చక్కగా షోకేసులో పెట్టుకుంటాను. జాగ్రత్తగా ఆడుకుని మళ్ళీ అక్కడే పెట్టేస్తాను అంటూంటే తల్లితండ్రులు ఎవరికి వారు ఆశ్చర్య పడుతూ పోనీలే జాగ్రత్త తెలిసింది. ఆ బొమ్మల విలువ

తెలిసింది అనుకుంటూ ఆనంద పడ్డారు.

చూసారా పిల్లలూ, బొమ్మలకి మనసు ఉంటుంది. ఆ బొమ్మలు తయారు చేసేవారు ఎంతో ప్రేమగా ఇష్టంగా మీకు ఏవిష్టమో అటువంటి బొమ్మలు మీకు అందిస్తారు. మరి అటువంటి బొమ్మలను ఎంతో జాగ్రత్తగా, విలువగా, సుకుమారంగా ఆదుకోవాలి. అంతేకానీ, యిది పాడుచేస్తే ఇంకొకటి కొనిస్తుంటారు అని అనుకోకూడదు. మరి మీరుకూడా బొమ్మలని జాగ్రత్తగా చూసుకుంటారు కదూ.

===========

10) సమయ దేవత

అల్లరి బాలుడు ఆనంద్ ఆటలు ఆటలు ఆటలు, పరుగులు గంతులు గోడలెక్కడం, చెట్లెక్కడం. ఓహో, అల్లరి పిడుగు. వాడి వేగం తట్టుకోవడం ఎవరి వల్ల కావటంలేదు.చురుకైన కళ్ళు, మెదడు, కళ్ళు మరి ఆపడం తరమా.... బడికెళ్ళినా వాడి ప్రశ్నలన్నీ చిలిపి, తిక్క ప్రశ్నలే. సమాధానము చెప్పాలంటే ఓపికగా చక్కగా విడమరిచి చెప్పాలి. మరి ఎవరికి వీలుంటుంది. ఒక్కరి మీదే దృష్టి పెట్టలేరుగా టీచర్లు.

మరి ఇంట్లోనేమో ఆనంద్ స్వేచ్ఛ అడ్డూ ఆపూ లేదు. ఉరుకులు, పరుగులతో హడలెత్తించి చివరికి అలసిపోయి పడుకోవడం. కానీ ఆనంద్ బుర్రలో బోల్డు ఆలోచనలు. మరెన్నో ప్రశ్నలు. కొన్ని తెలిసినా వాటి వివరాలు

తెలియవు. అంతా తికమక. అంతా గందరగోళం.

ఈ కాలం పిల్లల ధోరణే ఇలాఉంది. ఎవరికి వారు హడావిడి. జీవితాల్లో ఏది ఎలా చెప్పాలో తెలియక, ఏది ఇవ్వాలో, ఏది ఇవ్వకూడదో తెలియక తల్లితండ్రులకి తెలియకుండానే పిల్లలు చాలా ముందుకు వెళ్లిపోతున్నారు. అర్ధంకాని విషయాలు వాళ్లకి తగ్గట్లు అర్ధం చేసుకుంటూ పెద్దవాళ్లకు అర్ధం కానంత ముందుకు వెళ్తున్నారు.

అలాంటి విచిత్ర విపరీత పరిస్థితుల్లో ఆనంద్ వేగంగా ఎన్నో సందేహాలతో, ప్రశ్నలకు సమాధానం కోసం అన్వేషిస్తూ కొన్ని మంచి, కొన్ని చెడు గా ముందు కెళ్తున్నాడు.

ఆనంద్ వాళ్ళ అమ్మమ అప్పుడప్పుడు, నాన్నా ఆగరా, నేను చెప్తాను రా అంటూ చెప్పడం, కొన్ని వింటాడు. కొన్ని వినకుండా పరుగులు తెస్తాడు. బుర్ర పాదరసంలా కదులుతోంది, ఎన్నో తెలుసుకోవాలను కుంటోంది.

ఒకరోజు ఆనంద్ వాళ్ళ అమ్మమ్మ, ఆనందతో - బాబూ ఆనంద్, నువ్వు నిలకడగా ఉండి అన్నీ అర్థం చేసుకుంటే నీకు అన్నీ వివరంగా తెలుస్తాయి. మరి నీకు కుదురు లేదు కదా. అంటూ కూచోపెట్టి రాజుల కధలు, జంతువుల కధలూ ఓపిగ్గా చెప్పింది. టైం చూసుకోవాలి ఆనంద్. ఏద్దైనా సమయానికి చెప్తే దానికి విలువ అది మనల్ని విజయం వైపు నడిపిస్తుంది. ఆలస్యం, అమృతం, విషం అంటారు కదా మరి, అని చెప్తుంటే వెంటనే అలసి

పోయాడేమో నిద్రలోకి జారుకున్నాడు.

ఆనంద్, ఆనంద్, నీకో సంగతి చెప్తా, చేస్తావా. అని ఒక గొంతు వినిపించింది.

ఊ... ఉహు అంటూ అటు తిరిగాడు ఆనంద్. ఆనంద్ నీ కోసం ఏం తెచ్చానో చూడు. ఇదిగో ఈ మాజిక్ చూడు అంటూ తట్టి లేపుతున్నారు, ఆనంద్ ని ఎవరో.

ఊహాలోకంలో, అందమైన లోకంలో సువాసనలు వెదజల్లుతోంది. ఆనందకి కూడా సంతోషంగా అనిపిస్తోంది. ఏదో సినిమాలో ఉన్నట్లు చూస్తున్నట్లుగా వుంది. సుందరమైన దేవకన్య అటూ ఇటూ తిరుగుతూ మేఘాలలో తేలుతున్నట్టు ఉంది. అది చూసి ఆనంద్ కి హుషారు వచ్చింది. తాను కూడా ఆకాశంలో తేలుతుంటే ఎంత బావుంటుందో అనుకుంటూ అలా చూస్తున్నాడు. ఆ దేవకన్య వెంట హంసలు ఎగురుతున్నాయి తెల్లటి పావురాలు వెంట ఎగురుతున్నారు.

చూడటానికే ఎంతో ఆహ్లాదంగా ఉంది. అటు చూస్తూ ఆనందకి ఉత్సాహం ఉరకలు వేస్తోంది. తనుకూడా ఎగరవచ్చని తేలిగ్గా ఎగరగలనని అనికుంటూ ఆలోచనతో ఎగురుతున్నట్లుగా భావించాడు. ఆనంద్ కూడా తేలిగ్గా

ఎగురుతున్నాట్లు ఆ అందమైన దేవకన్య వెంట వెళ్తూంటే ఆడుతూ పాడుతూ గాలిలో తేలుతూ ఉన్నట్లు అనిపించింది. ఆ దేవకన్య కూడా ప్రేమగా అభిమానంగా తన వెంట తిప్పుతూ ఆడిస్తోంది. ఆనంద్ కి చాలా సంతోషంగా ఉంది. పూలతోటలు మీదుగా, అందమైన గుట్టల మీదుగా, చెరువుగట్ల మీదుగా తేలుతూ మెల్లిగా పచ్చని చేలా మీదుగా పచ్చిక బయళ్ళ మీద ఒకచోట ఆగింది. ఆ వెనకే ఆనంద్ కూడా సంతోషంగా, ఆ దేవకన్య చుట్టూ పరుగులు పెడుతూ, తిరుగుతూ ఆనందపడుతున్నాడు.

అభిమానంగా, ప్రేమతో, ఆనంద్ వైపు చూస్తూ ఆనంద్, నేనెవరో తెలుసా, అని అడిగింది. ఆనంద్ అమాయకంగా చూసాడు. నేను సమయ దేవతని. ఎవరైతే సమయాన్ని సక్రమంగా ఉపయోగిస్తారో వారికి విజయం

వెంట ఉంటుంది. ఏపని చేసినా ఒక సమయం పెట్టుకోవాలి. ఒక పనిని నిర్ణీత సమయంలో చేయగలగాలి. ఒకే సమయంలో నిద్ర లేవాలి. ఒకే సమయానికి నిద్రపోవాలి.

ఎందుకు? ఎప్పుడు ఏ పని చేయాలనిపిస్తే అప్పుడు చేయొచ్చుకదా, అన్నాడు ఆనంద్. సమయ దేవత, నాన్నా, ఆనంద్, ఏపని చేసినా క్రమ శిక్షణతో సమయ పాలన చేయటం అలవాటు చేసుకోవాలి. సమయాన్ని సక్రమంగా వినియోగించుకోవాలి. ప్పుడే అన్నీ పనులూ ఒక పద్ధతిగా పూర్తి చేయగలం.

ఆనంద్ ఆశ్చర్యంగా సమయ దేవత చెప్పింది వింటున్నాడు.

సరే, ఒక ఉదాహరణ చెప్తాను నీకు.

సూర్యుడు రోజూ ఎప్పుడు ఉదయిస్తాడు?

పొద్దున్నే అని జవాబు చెప్పాడు ఆనంద్.

మరి ఏ వైపున ఉదయిస్తాడు?

తూర్పున, అని ఆనంద్ చెప్పాడు.

మరి ఒక్కరోజైనా క్రమం తప్పుతారా సూర్య చంద్రులు?

ఒకే సమయానికి ఒకే వైపున ఉదయించి పడమటి వైపున అస్తమిస్తాడు సూర్యుడు. అప్పుడే లోకమంతా ఒక పద్ధతి ప్రకారం నడుస్తుంది. పశువులూ, పక్షులూ, మనుషులూ మొదలైన జీవులన్నీ వాటి పనులు చక్కగా చేసుకుంటాయి. అంటూ ఆనంద్ కి వివరించింది.

ఆనంద్ కి విషయం ఎంతో ఆసక్తిగా అనిపించింది. అలా చెపుతూంటే ఎంతో సంతోషం వేసింది, ఆనంద్ కి.

మనకి ఆరు ఋతువులున్నాయి కదా. మరి అవి తెలుసా నీకు.

అంటే తెలుసు అన్నాడు ఆనంద్. వసంత ఋతువు, గ్రీష్మ ఋతువు, వర్ష ఋతువు, శరదృతువు, హేమంత ఋతువు, శిశిర ఋతువు, అని చెప్పాడు ఆనంద్.

సమయ దేవత వెంటనే భలేగా చెప్పాడు ఆనంద్. మరి ఈ ఋతువులన్నీ ఒకదాని తర్వాత ఒకటి సకాలంలో వచ్చినప్పుడు చక్కగా వర్షాలు పడతాయి. పంటలు పండుతాయి. ఆయా కాలాల్లో వచ్చే పళ్ళు కాయలూ మొదలైనవి మనకు వస్తాయి. ఇలా మనకి ఎన్నో లాభాలు చేకూరుతాయి

నీకు అర్థమయ్యేలా నీకు సంబంధించిన ఉదాహరణ చెప్తాను. అన్న వెంటనే ఇంకా ఇష్టంగా ఆనంద్ సమయ దేవతవైపు చూసాడు.

నీకు పరీక్షలుంటాయి కదా. మరి ప్రశ్నపత్రం ఇచ్చినపుడు సమాధానాలు నీకిచ్చిన సమయంలో రాస్తావా లేక తరువాత కూడా రాయనిస్తారా. అని అడిగిన వెంటనే ఆనంద్ లేదు లేదు మా టీచర్ మా కిచ్చిన సమయంలోపల రాయకపోతే పేపర్ లాగేసుకుంటుంది, అన్నాడు ఆనంద్.

అందుకే మీకు సమయం నిర్ధారించి, అంతలోపుగా జవాబులు రాసి యివ్వాలి. మరి యివన్నీ జరగాలంటే ముందునించే అలవాటు చేసుకోవాలి. సమయానికి లేవాలి.

స్నానం వంటివి ముగించుకోవాలి. సరైన ఆహారం శ్రద్ధతో తినాలి. అన్ని వస్తువులూ అమర్చుకోవాలి. ఎక్కడికి వెళ్లాలన్నా సమయానికి వెళ్ళాలి. సమయానికి ఇంటికి చేరాలి. సమయానికి నిద్ర పోవాలి. ఇలా అన్నీ క్రమ పద్ధతిలో సమయ పాల చేస్తూ సమయాన్ని గౌరవిస్తూ, వినియోగించుకోవాలి.

అదే మన అభివృద్ధికి తోడ్పడుతుంది. అదే మనకి దారి చూపుతుంది. పూలబాట వేస్తుంది. మనల్ని విజయం వైపుగా నడిపిస్తుంది.

మరి నువ్వు సమయాన్ని గౌరవిస్తావా? సమయ పాలన చేస్తావా? అని అడిగిన సమయ దేవతతో, ఆనంద్ ఎంతో ఆనందంగా తప్పకుండా, మీరు చెప్పినట్లు చేస్తాను. నాకు ఇప్పుడు సమయం విలువ తెలిసింది.

సమయాన్ని పాటించడం వాళ్ళ కలిగే లాభాలు తెలిసాయి, అన్నాడు ఆనంద్.

సమయ దేవత, ఆనంద్, ఈ ప్రకృతి, భూమి, ఆకాశం, గాలి, నీరు, అగ్ని, అన్నీ ఒక క్రమశిక్షణ కలిగి ఉంటేనే ప్రయోజనం, అనుగ్రహం కలుగుతాయి. ఎప్పుడైతే సమయానికి విలువ ఇవ్వరో ఆగ్రహానికి గురి కావలసి వస్తుంది, అంటూ మళ్ళీ సమయ దేవతగా మేఘాలలో ఎగురుతూ, నవ్వుతూ ఆనంద్ వైపు ఆప్యాయంగా చూస్తూ, చేయి ఊపుతూ తన పవిత్రమైన ఆశీర్వాదాలు అందజేస్తూ అదృశ్యమైంది.

చూసారా పిల్లలూ, సమయం చక్కగా ఎలా ఉపయోగించాలో తెలిసిందా. మనకోసం మనలని నడిపించడానికి, మార్గదర్శకంగా అదృశ్య దేవతలు మన వెంట ఉంటారు. వాళ్ళు మనకి ఎలా

ఉండాలి మన ప్రవర్తన, మన బాధ్యతలు, మన తప్పులూ, ఒప్పులూ అన్నీ తెలుపుతూ ఉంటారు. మనం గ్రహిస్తూ ఉండాలి.

మన పెద్ధవాళ్ళు కూడా ఎప్పుడు చేయవలసిన పనులు ఆ సమయానికి చేసి మనకోసం అన్నీ అమర్చి పెడతారు. ఎవరి పనులు వాళ్ళు చక్కగా చేసుకుంటూ ఉంటె ఎవరికీ ఇబ్బంది ఉండదు. అందరూ సంతోషంగా హాయిగా జీవించ వచ్చు. మరి సమయాన్ని గౌరవించి, సమయ పాలన చేస్తారు కదూ.

==============

11) <u>ఆహారమే మనసవుతుంది</u>

అనగా, అనగా, అనగా, ఒక ఊళ్ళో ఒక సాధువు.

ఆ ఊరి చివర ఒక చిన్న కుటీరం వేసుకుని, ఎప్పుడూ   భగవంతుని   ధ్యానంలో ఉండేవాడు.

ఆ కుటీరం చుట్టూ ఆయన ఎంతో అందంగా తులసీ వనం ని పెంచుకున్నాడు. పొద్దున్నే తెల్లవారు ఝామున లేచి కాలకృత్యాలు తీర్చుకుని, యోగ సాధన చేస్తూ ప్రాణాయామంతో పాటు సూర్య నమస్కారాలు వంటివి చేస్తూ తన ప్రపంచంలో ఉండేవాడు. ఈ సాధువు యొక్క ఆధ్యాత్మిక బోహనాలు వినడానికి చుటూ పక్కల ప్రజలు వీలు దొరికి నప్పుడల్లా వస్తుండేవారు. అడిగిన వారందరికీ ఆధ్యాత్మిక విషయాలు, యువకులకు యోగాభ్యాసం వంటివి నేర్పిస్తూ ఉండేవారు. ఆయన కేవలం భక్తులు ఇచ్చిన పాలు, పళ్ళు మాత్రమే ఆహారంగా స్వీకరించేవాడు. అంతేకాక ప్రతీరోజు తన ఉద్యానవనంలో స్వయంగా పళ్ళ చెట్లు పెంచుతూ ఎంతో శ్రమ పడి వనాన్ని అందంగా, ప్రేమగా పెంచుకుంటూ చూసుకునేవాడు.

మధురమైన మామిడి పండ్లు, సపోటాలు, నిమ్మ, దానిమ్మ, జామ, అరటి వంటి అనేక పళ్ళు శ్రద్ధగా పండిస్తూ, ఆ పళ్లనే తానూ రోజూ తింటూ ఎవరిమీద ఆధార పడకుండా జీవనం సాగిస్తూ ఉండేవాడు. తన కుటీరానికి

వచ్చే వారికి కూడా విరివిగా ఫలాలను పంచి పెట్టేవాడు. సహజసిద్ధమైన ఎరువులతో పెంచేవాడు. ప్రతీరోజు ఆ చెట్ల మధ్యే గడుపుతూ, ధ్యానం చేసుకుంటూ ఉండేవాడు. అన్నీ శుద్ధ సాత్వికాహారం కావటం వాళ్ళ, ఆ సాధువు యొక్క ఆలోచనలు కూడా చాలా నిర్మలంగా, స్వచ్ఛంగా, ప్రేమ తత్వంతో కూడి ఉండేవి. అందుకే ఆయన ఎంతో ఆరోగ్యంగా దృఢమైన శరీరం కలిగి, మొహం తేజస్సుతో ప్రశాంతంగా ఉండేది. ఆయన ఆశ్రమంలో ప్రవేశించగానే అందరికీ తెలియని ఒక అలౌకిక ఆనందం కలిగేది. ఈ సాదు మహాత్ముడు కుటీరం దాటి బయటికి సాధారణంగా వెళ్ళేవాడు కాదు. ఆయన అవసరాలు కూడా చాలా తక్కువ. అనారోగ్యంతో వచ్చే వారందికీ కూడా ప్రకృతి వైద్యం చేస్తూ ఆరోగ్యం చేకూరుస్తూ ఉండేవాడు. ఆయన

ఆశ్రమంలో ఎటువంటి విషసర్పాలు, కీటకాలు ఉండేవి కావు. ఉన్నా అది ఎవరికీ హాని కలిగించకుండా ఉండేవి.

ఆ ఊళ్ళో విష్ణు శర్మ అనే బ్రాహ్మణుడికి ఈ సాధువు నిత్యానంద స్వామీ అంటే ఎంతో గౌరవం. అభిమానం. ప్రతీ నిత్యం దర్శనం చేసుకునేవాడు. అల్లకల్లోలంగా ఉన్న తన మనసు ఈ స్వామీ వారి సమక్షంలో

ఆనందమయ స్థితికి వెళ్ళేది. తనలో ఎంతో మార్పు వచ్చినట్లుగా భావించేవాడు.

ఒకనాడు నిత్యానంద స్వామి సమీపంలో నిలబడి చేతులు జోడించి, ఎంతో భక్తితో తమ ఇంటికి ఆతిధ్యానికి రావలసినదిగా ప్రాధేయ పడ్డాడు. అన్ని సాత్విక మైన ఆహార పదార్థాలే తయారు చేసి సమర్పించు కుంటాం అని తెలిపాడు. ఈ సాధువు అందుకంగీకరించాడు.

అనుకున్న రోజున నిత్యానంద స్వామి వారు విష్ణు శర్మ ఇంటికి బయలు దేరి వెళ్ళాడు. తన వెంట ఒక జోలె మాత్రమే తీసుకుని ప్రశాంతమైన మనసుతో భగవధ్యాసతో విషు శర్మ ఇల్లు చేరాడు.

చక్కటి ఆప్యాయంతో కూడిన ఆతిధ్యం సవీకరించి విష్ణు శర్మ కుటుంబాన్ని

ఆశీర్వదించి తన ఆశ్రమానికి తిరిగి వెళ్ళిపోయాడు.

ఆశ్రమానికి చేరిన ఆయనకి తన జోలె కొంచం బరువుగా ఉన్నట్లు అనిపించింది. ఆ స్వామివారు ఆశ్చర్యపడుతూ ఆ జోలె లోంచి

ఒక వెండి చెంబుని బయటికి తీసారు. తనకే ఆశ్చర్యం వేసింది. ధ్యానంలో వారికి జరిగింది ఏమిటి అన్నది తెలిసింది. నిజానికి ఆలోచిస్తే ఇది దొంగతనము అవుతుంది కదా? విష్ణు శర్మ తనకి ఈ వెండి చెంబుని, కానుకగా కానీ, దానంగా కానీ యివ్వలేదు. వెంటనే స్వామివారు కొంత ఆవేదనస్ తో తిరిగి విష్ణు శర్మ ఇంటికి వెళ్ళాడు.

విష్ణు శర్మ స్వామివారికి ఏంటో ఆధారంగా లోనికి ఆహ్వానించారు, స్వామివారు ప్రశాంతంగా కూర్చున్నాక నాయనా, నేను అడిగే ప్రశ్నకి నిజాయితీగా, నిస్సంకోచంగా, నిర్భయంగా సామాధానమివ్వు. నా జోలెలోకి ఈ వెండి పాత్ర ఎలా వచ్చింది. నేను యాంత్రికంగా మంచి నీళ్లు తాగిన చెంబుని, నా జోలెలో వేసుకుని వెళ్లి పోయాను. తెలిసీ తెలియని చేసిన ఈ పనిని అస్తేయము అంటారు అంటే దొంగతనమే. ఈ రోజు వంట

మీ ఇంట్లో ఎవరు చేశారు? నీ భార్య
చేయలేదా అని అడిగారు. విష్ణు శర్మ
ఆశ్చర్య పడి, స్వామీ, మీకు అన్ని
విషయాలు తెలుస్తాయి. మీరు చెప్పినట్లు
నా భార్య సాత్విక ఆహారాన్ని తయారు
చేసేటప్పుడు, భగవన్నామ స్మరణ,
అన్నపూర్ణ స్తోత్రము వంటివి పాడుతూ
ఎప్పుడు వస్తారా అని ఆతృతగా ఎదురు
చూస్తూండగా ప్రకృతి సిద్ధమైన అడ్డంకి
కలిగింది. మైల పడిన ఆమె వంట
చేయరాదు. కనుక నాకు దిక్కు తోచక వంట
చేసే ఒక బ్రాహ్మణ స్త్రీ చేత వంట
చేయించాను అని భయపడుతూ చెప్పాడు.

నిత్యానంద వారు ఆ బ్రాహ్మణ స్త్రీని పిలవ
వలసినదిగా చెప్పాడు. ఈ సంగతి విన్న
ఆమె వినయంగా, భయపడుతూ స్వామి
వారిముందు నిలబడింది.

అమ్మా, నిజం చెప్పు. వంట చేసేటప్పుడు నీ మనసులో కలిగిన భావాలు ఏమిటి తల్లీ?

ఏమని ఆలోచిస్తూ చేసావో నిర్భయంగా చెప్పు. నీకు శిక్ష ఏమి ఉండదు అన్నారు.స్వామి. అప్పుడు ఆ బ్రాహ్మణా స్త్రీ భయపడుతూ నన్ను క్షమించండి నేను పేదరాలను. ఎప్పటినుంచో నాకు ఒక వెండి చెంబు కొనుక్కోవాలని ఆశ ఉంది. వంట చేస్తున్న నాకు ఆలోచనలన్నీ కూడా ఆ వెండి చెంబు మీద మాత్రమే ఉంది. ఎలాగైనా సరే తస్కరించాలని భావించాను. కానీ వీలు కుదరలేదు. దయచేసి నన్ను క్షమించండి అనగానే, సరే యింకా నీవు వెళ్ళవచ్చు అని క్షమించి పంపించేశారు.

ఈ విషయాన్ని తెలుసుకున్న చుట్టూ పక్కల వారు స్వామి వారున్న ప్రదేశానికి రావటం జరిగింది. అందరూ అసలు విషయం వివరంగా తెలుసు కోవాలన్న ఆసక్తితో ధైర్యం చేసి ఆ స్వామి వారిని అడిగారు.

అందుకు సమాధానంగా స్వామి వారు ఇలా చెప్పారు.

మనం తీసుకున్న ఆహారసంతోటె మన మనసూ ఆలోచనలు తయారవుతాయని మన మహర్షులు ఏనాడో చెప్పారు.

మన కడుపు అనే పాత్ర పరిశుద్ధంగా లేనపుడు మనం తీసుకున్న ఆహారం మంచేదైనా కలుషితమవుతుంది. ఇది తిన్న ఆహారం విషపూరితంగా మారి తామసిక భావులుగా మారతాయి. ముఖ్యంగా భావశుద్ధి, స్థలశుద్ధి, పాత్రశుద్ధి, భూతశుద్ధి, ద్రవ్యశుద్ధి వంటివి తప్పక ఉండాలి.

మహర్షులు మనందరం కూడా అహం బ్రహ్మ అంటే మనందరిలో ఉన్నది ఆ పరబ్రహ్మమే అని చెప్పారు కాబట్టి ఈ తత్వాన్ని ఎవరైతే పూర్తిగా తెలుసుకుంటారో వారికి ఎదుటివారి

భావాలన్నీ తెలుస్తుంటాయి. సాత్విక పదార్థాలు అంటే శాకాహారం తిన్నప్పుడు మన ఆలోచనలు కూడా సాత్వికంగా, నిర్మలంగా ఉంటాయి. వాక్ క్షేత్రం చాలా బావుంటుంది. మాట మృదువుగా ఉంటుంది. రాజసికమైన పదార్థాలు అంటే ఘాటైన దినుసులు, కారాలు, ఇత్యాదులు తిన్నప్పుడు మన మనసులోని ఆలోచనలు, అహంకారపూరితమై అధికార దర్పం కలిగి వాక్కు కఠినంగా మారుతుంది.

అంటే ఈ ఆహారాలన్నీ శరీరానికి హాని చేస్తాయి. మద్యం, ధూమపానం వంటివి, ఘాటైన పదార్థాలు మన మానసిక, వల్క్ క్షేత్రాలకు ప్రభావితం చేస్తాయి. తామసిక లక్షణాలు కలిగి వీరి సాంగత్యంలో సత్పురుషులు కూడా ప్రభావితమవుతారు.

వంట చేసిన స్త్రీ యొక్క ఆలోచనలు రాజసిక, తామసిక గుణాలతో ఉన్నాయి కాబట్టి ఆమె యొక్క ఆలోచనలు నా యొక్క సాత్విక క్షేత్రాన్ని కలుషితం చేశాయి. అందుకని నేను అనాలోచితంగానే ఈ వెండి చెంబుని నా జోలెలో వేసుకుని వెళ్ళిపోయాను అని చాలా వివరంగా, విపులంగా చెప్పారు.

అందుకే మన పెద్దలు సజ్జన సాంగత్యం మాత్రమే చేయాలని చెప్తారు. తల్లి వంటి సాత్వికమైన సాకా ఆహారాన్ని భుజిస్తే, ఆరోగ్యంతో పాటు, మంచి భావాలు కూడా కలుగుతాయి.

మనకి శాకాహారంలో శరీరానికి కావలసిన అన్ని రకాల పోషక పదార్థాలు లభిస్తాయి.

ఇది వ్యాధి నిరోధక శక్తిని ఎన్నోరెట్లు పెంచుతాయి.మాంసాహారాన్ని పూర్తిగా త్యజించాలి.నిజానికి దానిలో ఎటువంటి జీవశక్తి కానీ ప్రాణశక్తి కానీ ఉండదు. ఎందుకంటె ఏ ప్రాణైనా చనిపోయాక నిర్జీవమైన దాని నుండి విషపూరితమైన హార్మోనులు విడుదలవుతాయి.కాబట్టి ఆహార విషయంలో జాగ్రత్త వహించండి. నిషిద్ధ పదార్ధాలను చూసి ఆశపడి యీఎటువంటి పరిస్థితుల్లో తినకండి.

అన్ని ఆరోగ్య సమస్యలకూ, అనారోగ్యాలకూ, మనఃస్థితులకూ, కారణం ఆహారమే. కాబట్టి ఆహారం విషయంలో మనం తీసుకునే జాగ్రత్తలు మనకు ఎన్నో రకాలుగా పరిష్కారాలు.

పిల్లలూ చూసారా. ఆహారం మన ఆలోచనలకీ, ఆరోగ్యానికీ, తెలివితేటలకీ,

చురుఇకుదనానికీ ఏ విధంగా ఉపయోగపడుతుందో తెలుసుకోవాలి.

ఆహారమే మనసవుతుంది మరి.

=========

12) దుష్టులు

ఒకసారి నలుగురు గొండలు కలసికట్టుగా పెద్ద పెద్ద దొంగతనాలు చేసేవారు. కానీ ఒక్కొక్కరికీ, ఒకరిమీద ఒకరికి ద్వేషం, కోపం ఉంది. పెద్ద దొంగతనం చేసినప్పుడు, డబ్బు, బంగారం గురించి, మిగిలిన ముగ్గురిని హతమార్చాలని ఎవరికి వారు దుష్టబుద్ధితో అనుకునేవారు.

అనుకున్న విధంగానే, ఒకరోజు ఒక బ్యాంకు లో డబ్బు, బంగారం పెద్దమొత్తంలో దోపిడీ చేశారు. ఈ నలుగురు దొంగలు అనుకున్నారు, ఎలాగైనా తాము ఆ గ్రామంలో ఉంటె పోలీసులు పెట్టుకుంటారని, అడవికి వెళ్లిపోయారు. తినడానికి తిండిలేకపోతే, ఈ నలుగురిలో, ఇద్దరు గ్రామంలోకి వెళ్లి తినుబండారాలను తీసుకురావాలని అనుకున్నారు. ఇద్దరు దొంగలు గ్రామానికి వెళ్లారు.

హాయిగా భోజనం చేశారు. మిగిలిన ఇద్దరికి తినుబండారాలను కొని వాటిలో విషం కలిపి తీసుకెళ్లారు
ఈ అడవిలో ఇద్దరు దొంగలు మిగిలిన ఇద్దరి గొంగలను చంపాలని అనుకున్నారు. తినుపదార్థాలను తెచ్చిన ఇద్దరు దొంగమిత్రులను కర్రలతో కొట్టి చంపేశారు. అడవిలో ఉన్న దొంగలు ఈ విషం కలిపినా తినుబండారాలను హాయిగా కడుపునిండుగా తిన్నారు. వెంటనే చనిపోయారు.

నీతి: దుష్టులు, దుష్టుల చేతిలోనే నశించుదురు.

============

13) శత్రువు

ఒక అడవిలో ఒక పాము అన్ని
పిచ్చుక గుడ్లని, చిన్న చిన్న
పక్షులని, కుందేళ్ళని, తింటూ
చాలా లావుగా అయి, అనుకుంది
నేనే ఈ అడవికి రాజునని.

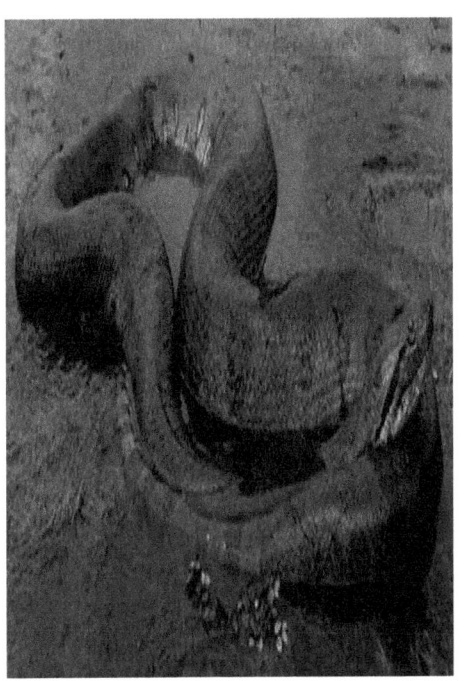

ఒక చిన్న చెట్టు ఎంచుకొని అక్కడ ఉందామని వెళ్ళింది. కానీ ఆ ప్రదేశం తనకున్న రాజరికానికి హుందాగా ఉండదని భావించి, వేరొక పెద్ద చెట్టుని ఎంచుకుని అక్కడ నివసించడానికి వెళ్ళింది. అక్కడి ప్రదేశంలో చెట్టుకింద ఒక పెద్ద చీమలపుట్ట ఉందని తెలుసుకుని దానిని తీసేయాలని, శుభ్రం చేయాలని పాముయొక్క తోకతో చీమలపుట్టను తీసేసింది. వెంటనే, కొన్ని వేల చీమలు పుట్టలోంచి వచ్చి ఈ రాజుగా ఊహించుకుంటున్న పామును కరిచి, మొత్తం పాము శరీరాన్ని తేనిసాయి. పాము తోలు లేక, ఎముకలు కనబడుతూ, అతి బాధతో చనిపోయింది.

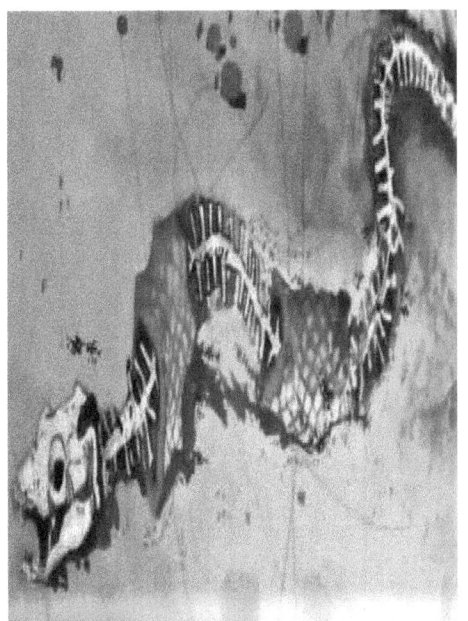

నీతి: శత్రువుల బలాన్ని తక్కువ అంచనా వేయరాదు. కలసికట్టుగా ఉంటె ఎంతటివాడినైనా దెబ్బతీయవచ్చు.

=======

14) నారదుడు - పక్షి

అనగా అనగా అనగా ....

ఒకసారి నారద మహర్షి అన్ని లోకాలు తిరుగుతూ వైకుంఠానికి వెళుతున్నారు. మధ్యలో నారదుడికి ఒక చోట నదీ తీరంలో ఒక దృశ్యం కనిపించింది. అక్కడ ఒక పక్షి మధ్యాన్నపు ఎండవేడిమికి వెల వెలలాడిపోతోంది.

నారదుని మనసులో ఆ పక్షి పట్ల
దయ, జాలి, సానుభూతి కలిగాయి.
ఆయన ఆ పక్షిని సమీపించి,
పక్షితో, ఈ ఎండ తీవ్రతకి అంత
బాధపడుతున్నావు. నీ కష్టాన్ని
నేను చూడలేకపోతున్నాను. నీకు
అతి సమీపంలో ఒక అద్భుతమైన
చిట్టడవి ఉందికదా. అక్కడ నీకు
కావలసిన నీడనూ, మధుర
ఫలాలనూ యిచ్చే వందలకొలది
చెట్లు ఉన్నాయి. అక్కడే
మంచినీటి చెరువులు కూడా
ఉన్నాయి. నీకు ఎటువంటి
భయం, బాధ ఉండదు. హాయికిగా
అక్కడికి వెళ్లి సేద తీరవచ్చు కదా,
అంటూ అనునయంగా, చెప్పాడు
నారదుడు.

అప్పుడు పక్షి ఏంటో వినయంగా నారదునితో, మహర్షీ! మీకు తెలియనిది ఏముందీ! జననీ! జన్మభూమిశ్చ స్వర్గాదపిగరీయసే! కొన్ని వెల తరాలనుండీ నా పూర్వీకులు ఇక్కడే పుట్టి పెరిగి, మరణించారు. అందుకని నేను కూడా వారి మార్గాన్ని అనుసరిస్తున్నాడు. నాకు ఉదయం, సాయంత్రం, రాత్రి హాయిగానే ఉంటుంది. కేవలం మధ్యాన్నం, ఎండ తీవ్రత వేళలో మాత్రమే నేను శారీరకంగా బాధ పడుతుంటాను. ఇంకే మీ ప్రయాణం ఎంతదాకా! అని ప్రశ్నించింది ఈ పక్షి.

నేను నీ సమదానం విని ఎంతో సంతోషిస్తున్నాను. నేను ఇప్పుడు వైకుంఠ పురానికి వెళ్తున్నాను. ఆ శ్రీమహావిష్ణువుకు నీ తరపున ఏదైనా కోరిక ఉంటె చెప్పు వారికి తెలియ జేస్తాను.

మహర్షీ! నాదొక చిన్న విన్నపం ఉంది. ఈ ఎండ వేడిమి నుండి

తప్పించుకోవడానికి నాకు ఒక పెద్ద ఆకు అంత నీరు ఉండే విధంగా అనుగ్రహించమని చెప్పండి.

అలాగే తప్పక విన్నవిస్తాను, అని పక్షికి మాటిచ్చి, నారద మహర్షి వైకుంఠానికి చేరాడు. శ్రీమహావిష్ణువుకు ఈ పక్షి విన్నపాన్ని గురించి తెలిపాడు. శ్రీ

మహావిష్ణువు ఒక్క క్షణం మౌనంగా ఉంది నారదా! ఈ పక్షి కోరికను నేను తీర్చలేను. ఎంతటి వారాలైనా వారి ప్రారబ్ధ ఖర్మలని మంచి, చెడు రెండూ అనుభవించక తప్పదు. అందువల్లనే, ఈ పక్షికి ఆ ప్రాప్తం లేదు.

కానీ ఒక సలహా చెప్పగలను. ఆ పక్షికి కేవలం వేడిమి, బాధ, తీవ్రమైన తాపం, కేవలం మధ్యాన్న వేళల్లోనే కదా! మిగిలిన సమయాల్లో ఆ పక్షికి వేరే బాధ లేదు కదా! అంత కరుణ చూపిన ఆ భగవంతునికి అహర్నిశలూ ధన్యవాదాలు, కృతజ్ఞతలు చెప్పుకోవాలని, అంటే కాక, ఎండ ఎక్కువ గా ఉన్నప్పుడు కాసేపు ఎడమ కాలిపై, మరి కాసేపు కుడి కాలిపై ఉండమని చెప్పు, అని చెప్పాడు.

నారద మహర్షి శ్రీ విష్ణువు చెప్పిన మాటలు విని సరే అని చెప్పి తిరిగి

పక్షి దగ్గరకు వచ్చి, జరిగిన విషయాన్ని తెలిపాడు. ఆ పక్షి అంతా విని, మహావిష్ణువు చెప్పినట్లుగానే చేస్తాను అని వినయంగా కృతజ్ఞతలు తెలిపింది.

కొన్నాళ్ళకి నారద మహర్షి అదే మార్గాన వెళ్ళటం జరిగింది. ఆయనకీ ఆ పక్షిని పరామర్శించి, పలకరించాలనిపించింది.
నారదుడు అక్కడికి వెళ్లేసరికి మధురమైన ఫలాలతో నిండిన ఒక మహా వృక్షం మీద ఉన్న ఆ పక్షి మహర్షి వద్దకు వచ్చి నమస్కారం చేసింది.

మహాత్మా! మహర్షీ! నేను ఆ శ్రీ మహావిష్ణువు చెప్పినట్లు అహర్నిశలూ నా కృతజ్ఞతలు తెలుపుకుంటూ ఉన్నాను. దీనికంతటికీ మీరే కారణం. దయచేసి మీరు కాసేపు ఈ వృక్షపు నీడలో సేదతీరి, మధురమైన

ఫలాలను ఆరగించండి, అని చెప్పిందిట.,

నారదుడికి ఆశ్చర్యానందాలు కలిగాయి. ఆ పక్షి ఆతిధ్యాన్ని స్వీకరించి సంతతోషంగా కదలివెళ్ళాడు, నారద మహర్షి.

నారదుడు వైకుంఠానికి వెళ్లి శ్రీమహావిష్ణువుని దర్శించి, నమస్కరించి, నారాయణా! మీరు ఆ పక్షికి పూర్వజన్మల మూలంగా ఒక చిన్న ఆకు పరిమాణం అంత నీడ కూడా దొరకనంత పరిస్థితి ఉంది. మరి స్వామీ! ఆ పక్షి మధుర ఫలాలనిచ్చే ఆ వృక్ష ఛాయలో హాయిగా ఉంది. నీకు ప్రత్యేకంగా కృతజ్ఞతలు తెలిపామని కూడా చెప్పింది. నేను ఆ పక్షి ఆతిధ్యాన్ని కూడా స్వీకరించాను. మరి ఇది ఎలా సాధ్యమైంది? నాకు అర్ధం కావటంలేదు, అని తన సందేహాన్ని తెలిపాడు, నారదుడు.

నారదా! నీకు తెలియనిదేముంది. నేను నిశ్చలమైన మనసుతో నన్ను సదా ధ్యానించే వారికి నేను ఒక సేవకుడినైపోతాను కదా! ఆ పక్షి మనసా వాచా కర్మణా అహర్నిశలూ నాకు కృతజ్ఞతలు తెలుపుతూనే ఉంది. అందుకే నేను ఆ పక్షికి దాసుడనయ్యాను. ఆ పక్షి పాపకర్మలన్నీ నశించాయి "అనన్యా యోగక్షేమం వహామ్యహం"

మన జీవితంలో అందరికీ కష్టాలు సుఖాలూ ఒక నాణేనికి రెండువైపులుగా ఉంటాయి. కష్టపడితే సుఖం యొక్క విలువ తెలుస్తుంది.

ఈ కథలో చిన్న పక్షికి ప్రాణ ప్రమాదం ఏమీ జరగలేదు. కేవలం ఎండ తీవ్రత ఉన్నప్పుడు మాత్రమే బాధపడింది. నారద మహర్షి చెప్పిన విధంగానే అహర్నిశలూ, తనకి తనని కాపాడుతున్న దేవుడికి త్రికరణ శుద్ధిగా తన కృతజ్ఞతలు తెలిపింది. సర్వస్య శరణాగతిని కోరింది. మనందరికీ అప్పుడప్పుడు కష్టాలు, నష్టాలు జరుగుతుంటాయి. అవన్నీ తాత్కాలికమే. మిగతా అన్నీ సరిగానే ఉంటాయి కదా! అందుకు ఎవరైతే భగవంతునికి కృతజ్ఞతలతో సర్వస్వ శరణాగతి తెలుపుతారో వారి జీవితగం చక్కగా సాగిపోతుంది.

భగవంతుణ్ణి నమ్మితే కష్టాన్ని ఎదుర్కునే ధైర్యం ఆ భగవంతుడే ఇస్తాడు.

==========

15) భగవంతుడు

అనగా అనగా అనగా వైశాలీ పురాన్ని దినకారుడనే రాజు పాలిస్తున్నాడు.మంచి దైవ భక్తి కలవాడు.గుళ్ళు గోపురాలు కట్టించాడు. బ్రాహ్మణులకు సౌకర్యాలు కల్పించి గౌరవించి, వేదాలు, వేదం పతనం పట్ల భక్తి కలిగి గుళ్ళలో నిత్య పూజలు సక్రమంగా జరిగేలా ఏర్పాటు చేశారు. ప్రజలను తన కన్నబిడ్డలవలె చూసుకుంటూ వారి బాగోగులు కష్టనష్టాలు బాధలను న్యాయంగా తీరుస్తూ మంచి చేయాలని సద్బుద్ధితో మంచి రాజు, సద్గుణుడుగా పేరు పొందాడు. కవులను పోషించాడు. కళలను ప్రోత్సహించాడు. పండితగోష్టులను నిర్వహించాడు. దినకారుడి పాలనలో ప్రజలు సుఖ సంతోషాలతో ఆనందంగా

ఎటువంటి భయం లేకుండా, తమ కుటుంబాలతో కాలం గడుపుతున్నారు.

రాజు దినకారుడు వెళ్ళినప్పుడల్లా కవితా గోష్ఠులు నిర్వహించి కవులయొక్క పాడిత్యాన్ని విని ఎంతో సంతోషపడి వాటిలోని సూక్షయాన్ని గ్రహించేవాడు.

సంగీత కచేరీలలో కాళాకారుల మనోధర్మానికి సంగీత జ్ఞ్యానానికి ఆశ్చర్యపడేవాడు. నాట్య కళాకారుల కౌశలానికి పాదసాన్ని చూసి, ఎంతటి నైపుణ్యం అని పొగిడేవాడు.

అందరినీ మనస్ఫూర్తిగా పొగిడేవాడు. ఆనందపడేవాడు. వాళ్లలో నైపుణ్యాన్ని సాధన వివరాలు తెలుసుకునేవాడు. తనకున్న సందేహాలు అడిగి తెలుసుకునేవాడు.

రాజు దినకారుడికి కూడా అప్పుడప్పుడు కొన్ని సందేహాలు కలుగుతుండేవి. ఉన్న పండితులు కళా కారుల గగ్గరనుంచి తెలుసుకుంటుండేవాడు. కొందరు జ్ఞ్యానులు బ్రాహ్మణోత్తములు వృత్తి నిపుణులు తన సందేహాలకు సమాధానాలు అడిగి తెలుసుకుంటూ ఉండేవాడు రాజు.

ఒకసారి, ఇలాగే ఎన్నో విషయాలమీద చర్చలు జరుపుతున్నారు. పండితులు సరదాగా ఎన్నో విషయాలపై తర్జన భర్జనలు జరుపుతున్నారు. భగవంతుడి కరుణ కలగాలంటే ఎలా, దేవుడు నాకు ప్రత్యక్షం కావాలంటే ఎలా, ఇలా సాగుతున్నాయి వాదనలు పండితులమధ్య.

రాజుగారికి కూడా ఈ చర్చలూ, వాదనలూ వింటుంటే చాలా శ్రద్ధ

ఆసక్తి కలిగింది. అసలు దేవుడు అనేవాడు ఎవరికి కనిపిస్తాడు. ఎక్కడ వున్నాడు? అసలు ఏం చేస్తుంటాడు. ఇంతమంది మనుషులు దేవేరుని నమ్మడం, కొలవడం, శక్తిని పొందడం, ఇవన్నీ ఏమిటో తెలుసుకోవాలన్నా, జిజ్ఞాసతో రాజుగారు పండితులను ఉద్దేశించి ఇలా అన్నాడు.

పండితులారా, నాక్కూడా ఒక సందేహం ఉంది. దానికి సరైన సమాధానం నిరూపణలు కావాలి. మీకు కొంత సమయం ఇస్తున్నాను. అప్పటిలోగా భగవంతుడు ఎక్కడున్నాడు. ఎవరిని చూస్తున్నాడు. అసలా ఏం చేస్తుంటాడో అని నాకు వివరంగా తెలియజెప్పాలి. కొంతమంది పండితులను ఎంపిక చేసాడు. వారికి అధికారికంగా ఉత్తర్వులు ఇచ్చాడు. శోధించండి. ఆమోదయోగ్యమైన నచ్చే మెచ్చే

సంతృప్తిని కలిగించే రండి, అని ఆదేశించాడు.

అధికారికంగా ఉత్తరువులు పొందిన పండితులు ఈ ప్రశ్నలకు సమాధానాలు ఎలా వివరించాలి. ఏ విధంగా పరిశోధించాలి. అందరికీ ప్రత్యేకంగా ఆకర్షణీయంగా సంతృప్తి ఉంటుందని తర్జన భర్జన పడుతూ ఒకరితో ఒకరు చర్చింతుకుంటూ ఒక్కోసారి సరిగా తెలియజేయలేమో అని భయపడుతూ ఎవిరికి వారు ప్రయత్నాలు చేస్తూ అన్ని రకాలుగా శోధిస్తున్నారు. ఎవరికీ తట్టిన ఆలోచనలు వారు ఇతరులతో పంచుకుంటున్నారు, ఆలోచిస్తున్నారు.

వసారిలో ఉద్దండపండితులు రామశర్మ భగవంతుడి శక్తి పై అపారమైన నమ్మకం, భక్తి, శ్రద్ధలతో పాటు భగవంతుడే

సర్వాంతర్యామి, సర్వ జగద్రక్షకుడు, పంచభూతాత్మకుడు అని తలచేవారు. తోటివారితో రామశర్మ రాజుగారి సందేహాన్ని సంతృప్తికరంగా ఎలా తెలియజేయాలి తెలుసు. ఇలా ఆలోచిస్తూ ఉంటె దేనినీ సరిగా ఇది సంౖతృపితి కరమైన సమాధానమే అని అన్నాడు. రామశర్మ మాటలకు ఆయన విద్వత్తుమీద నమ్మకంతో సరేఅన్నాడు.

రాజుగారినుండి పిలుపు వచ్చింది. సమాధానం కోసం ఎదురుచూస్తున్నారు. ఏం చెప్తారా అని ప్రజలందరూ ఉత్సాహంగా రాజుగారి సభకు హాజరైయ్యారు.

పండితులు సభకు వచ్చారు. వారికి గౌరవ మర్యాదలతో సత్కరించి ఆసీనులుకమ్మని రాజుగారు ఏంటో సాదరంగా ఆహ్వానించారు.

రామశర్మ లేచి నిలబడి రాజుగారినుద్దేశించి, రాజా! నీకు వచ్చిన సందేహం అందరి మనసులలో ఉండేదే! అయినప్పటికీ, అందరూ భగవంతునిపై అపారమైన నమ్మకంతో ఆ శక్తి మీద ఆధారపడి జీవనం సాగిస్తుంటారు. మీకు వచ్చిన సందేహాలను తీర్చడానికి మూడు వస్తువులను తెప్పించండి. మహారాజా, ఒక గ్లాసునిండా పాలూ, ఒక వత్తి తో ఉన్న దీపం, ఒక చిన్న ఆసనం తెప్పించండి, అన్నాడు రామశర్మ.

సభలోని వారందరూ, ఎంతో ఆసక్తిగా ఝురుగుతున్నదంతా గమనిస్తున్నారు. రాజగారు, రామశర్మ అడిగినవన్నీ సభలోకి తెప్పించారు. పండిత రామశర్మ ముందుగా ఒక లోటాలో ఉన్న పాలను తీసుకుని చూపుతూ పాలలో మనకు వెన్న వస్తుంది

కదా! మరి పాలలో ఇప్పుడు వెన్న ఎక్కడఉంది? పాలలోనే కలిసి పాలనిండా వెన్న వ్యాపించిఉంది. అంతటా నిండి ఉంది. పాలు పెరుగుగా మారి చిలికినప్పుడు, మనకు వెన్న కంటికి కనబడుతుంది. అలాగే, మనం కూడా భగవంతుడికోసం తపనపడి భక్తి భావంతో మనసుని చిలికితే భగవంతుడు, మనముందు అందరిలో అన్నింటా కనిపిస్తాడు. సర్వాంతర్యామిగా అగుపడతాడు, అని చెప్పగానే అక్కడున్న సభికులందరూ హర్షద్వానాలు చేశారు. మంచి సహృదయాంకల మహారాజు మనసుకి ఎంతో సంతృప్తి కలిగి కాంతిలో భాష్పవాలు నిండాయి.

మహారాజా! ఇంకా రెండో సందేహం. భగవంతుడు ఎవరినీ చూస్తున్నాడు? అంటూ దీపం ప్రమిదలో నూనె వేసి వత్తిని

వెలిగించి, ఆ వెలుగును అందరికీ చూపించాడు. రామశర్మ, మహారాజా! ఈ దీపం ఎవరిని చూస్తోంది. నాలుగు దిక్కులా ఉన్నవారిని అందరినీ ఒకేలా చూస్తోంది. దీపం వెలుగుతున్నప్పుడు ఏ దిక్కున ప్రకాశాన్ని వెదజల్లుతోంది. అంతటా ఒకే వెలుగు, అన్నింటా, ఒకే క్రాంన్తీ. అలాగే భగవంతుని దృష్టి అందరివైపు ప్రసవిస్తుంది. భగవంతుడు మనవైపు చూసినట్టు తెలుస్తుంది.

మనధ్యాస దేనివైపు ఉంటె అదే మన కంటికి కనిపిస్తుంది. ఏది మనసులో ఉంటె దాని ప్రభావమే మనపై ఎక్కువగా ఉంటుంది. అందుకే భగవంతుడు అందరినీ చూస్తుంటాడు. మనం భగవంతుని వైపు చూస్తే మనకి భగవంతుడు మానను చూస్తున్నాడన్న సంగతి తెలుస్తుంది, అని రామశర్మ

దీపానికి నమస్కరించాడు. రాజుగారు సభలోనివారందరితో పాటు భక్తి ప్రపత్తులతో దీప జ్యోతికి నమస్కరించాడు.

మహారాజా, మూడవ ప్రశ్న. భగవంతుడు, ఏం చేస్తుంటాడు? జగన్నాటకాన్ని నడిపిస్తుంటాడు. శక్తి సంపన్నుడు, సాధన సంపన్నుడు, ఆధ్యాత్మిక ధర్మ సంపన్నుడైన రాజులను గద్దెనెక్కిస్తాడు. చుట్టూ ధర్మ రక్షకులను తయారు చేస్తుంటాడు. తత్వ సంపన్నుల ద్వారా ధార్మిక కార్యక్రమాలను చేయిస్తుంటాడు. లోకాన్ని రక్షిస్తుంటాడు. దుష్ట శిక్షణ, శిష్ట రక్షణ చేస్తూ సందర్భాను సారంగా ధర్మ రక్షణ చేస్తాడు. సద్గురువుల జీవన మార్గం ద్వారా ఆధ్యాత్మికంగా ఎదిగే పరిస్తుతులను సమకూరుస్తాడు. ఇవన్నీ వింటున్న రాజు దినకారుడు, సభికులూ, అందరికీ

మనసంతా పారవశ్యంతో పరమానందాన్ని పొందారు. హర్షధ్వానాలతో ఉన్నతస్థితిని పొందారు.

రాజుగారు సింహాసనం నుంచి లేచి, పండితులకు గౌరవంగా భక్తిగా, ఉన్నతమైన భావాలతో నమస్కసరించి ఆనందపడ్డారు.

చూసారా పిల్లలూ! భగవంతుడు మనల్ని ఎప్పుడూ చూస్తూ ఉంటాడు. మనం కూడా భగవంతుడు మనదగ్గరే, మనతోటె, మనలోనే, ఉన్నాడంటే మనకి ఎంత ధైర్యం, ఎంత శక్తి వస్తుందో కదూ! అందుకే మనం ఏదేని పని చేస్తున్నా ఏదో ఒక దేవుడిని తలచుకుంటూ ఉండాలి. శ్రద్ధ, శిక్షణ, ఉంటె, అంతా విజయమే.

బుజ్జాయికి చిట్టి కథలు

మంత్రి ప్రగడ మార్కండేయులు
శ్రీమతి నండూరి సీతాసాయిరాం